நேசமித்ரனுக்கு...

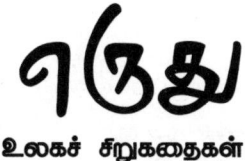

எருது

உலகச் சிறுகதைகள்

தொகுப்பும் மொழியாக்கமும்

கார்த்திகைப் பாண்டியன்

எதிர் வெளியீடு

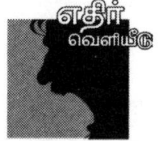

எருது

உலகச் சிறுகதைகள்

தொகுப்பும் மொழியாக்கமும்: கார்த்திகைப் பாண்டியன்

முதல் பதிப்பு: டிசம்பர் 2014
மூன்றாம் பதிப்பு: டிசம்பர் 2018

எதிர் வெளியீடு,
96, நியூ ஸ்கீம் ரோடு, பொள்ளாச்சி - 642 002.
தொலைபேசி: 04259 - 226012, 99425 11302.

விலை: ரூ. 150

EruThu

Compiled and Translated by Karthigai Pandian

First Edition: December 2014
Third Edition: December 2018

Published by
Ethir Veliyeedu, 96, New Scheme Road. Pollachi - 642 002.
Email: ethirveliyedu@gmail.com
www.ethirveliyedu.in

Price: ₹ 150

Wrapper Design: Santhosh Narayanan

ISBN : 978-93-84646-13-4
Layout : Publishing Next
Printed at Jothy Enterprises, Chennai.

All rights reserved. No part of this book may be reprinted or reproduced or utilised in any form or by any electronic, mechanical or other means, now known or hereafter invented, including photocopying and recording, or in any information storage or retrieval system, without permission in writing from the Publisher.

கார்த்திகைப் பாண்டியன்

1981 ஆம் வருடம் மதுரையில் பிறந்த கார்த்திகைப் பாண்டியன் பொறியியலில் முனைவர் பட்டம் பெற்றவர். தற்போது கோவையில் தனியார் பொறியியல் கல்லூரியொன்றில் பேராசிரியராகப் பணிபுரிகிறார். எஸ்.ராமகிருஷ்ணனை தனது ஆதர்ஷமாகக் கொண்டவர். சிறுகதைகள் எழுதவதோடு மொழிபெயர்ப்பிலும் தீவிர ஆர்வம் செலுத்தி வருகிறார். நல்லதொரு இலக்கிய வாசகனாக அடையாளம் காணப்படுவதே தனக்குத் திருப்தியளிப்பதாகச் சொல்கிறார்.

இதுவரை வெளியாகியுள்ள படைப்புகள்

சிறுகதைகள்
மர நிறப் பட்டாம்பூச்சிகள்

மொழிபெயர்ப்புகள்
எருது (உலகச் சிறுகதைகள்)
சுல்தானின் பீரங்கி (உலகச் சிறுகதைகள்-2)
ஒரு முகமூடியின் ஒப்புதல் வாக்குமூலம் - யுகியோ மிஷிமா (நாவல்)
நரகத்தில் ஒரு பருவகாலம்- ஆர்தர் ரைம்போ(கவிதைகள்)
துண்டிக்கப்பட்ட தலையின் கதை (உலகச் சிறுகதைகள்-3)

தொடர்புக்கு: 98421 71138
மின்னஞ்சல்: karthickpandian@gmail.com

உள்ளடக்கம்

முன்னுரை ... 09

கதைகள்
1. சட்டமிடப்பட்ட சாளரம் ... 15
2. கல்லறை சாட்சியம் ... 24
3. நீலப்படம் ... 29
4. வசன கவிதை ... 39
5. சதையாலான வீடு ... 74
6. கொலைசெய்ய (வினைச்சொல்) ... 86
7. கவிஞன் ... 93
8. டாட் ... 104
9. வால்வோ ... 113
10. எருது ... 125

மர்மமும் அழகுணர்வும் தன்னெழுச்சித்தன்மையும்

"துயரம், ஒரு திறமையான கலைஞனைப்போல பல்வேறு வாத்தியங்களால் இறந்தவர்களுக்கான ஒப்பாரிப்பாடலை இசைக்கிறது, சிலநேரங்களில் மனதைச் சில்லிட்டு ஊடுருவிப்போகும் வாத்தியங்களாலும் மேலும் சில தருணங்களில், எங்கோ வெகுமெதுவாக ஒலிக்கும் தூரத்துப் பறைகளின் ஒலியைப்போல தொடர்ச்சியாக அதிர்ந்துகொண்டிருக்கும் கல்லறை நரம்புகளைக்கொண்டும் சிலரின் இயல்புகளை திடுக்கிடச் செய்கிறது; சிலரை மொத்தமாகக் கலைத்துப் போடுகிறது..."

– அம்புரோஸ் பியர்ஸ்

(சட்டமிடப்பட்ட சாளரம் – சிறுகதையில்)

2014இன் இறுதியில் தமிழ், ஒரு புதிய மொழிபெயர்ப்பாளரைப் பெற்றிருக்கிறது எனச் சொல்லும்படியான மொழியாக்கச் சிறுகதைகளின் தொகுப்பு இது. பிரிட்டனைச் சார்ந்த எழுத்தாளர்கள் இருவர், அமெரிக்காவைச் சார்ந்தவர்கள் இருவர், லத்தீன் அமெரிக்காவைச் சார்ந்தவர்கள் இருவர், மத்திய கிழக்கைச் சார்ந்தவர்கள் இருவர், ஜெர்மனியைச் சார்ந்தவர் மற்றும் சீனத்தைச் சார்ந்தவர் தலா ஒவ்வொருவர் எனப் பத்து எழுத்தாளர்களின் கதைகள் தமிழில் தரப்பட்டுள்ளன.

கார்த்திகைப் பாண்டியனால் முதல்முறையாக தமிழுக்கு அறிமுகம் செய்யப்படும் எழுத்தாளர்களென பொலிவியாவின் எட்மண்டோ பாஸ் சோல்டன், எகிப்தின் யூசுப் இதிரிஸ், வேல்ஸின் ரைஸ் ஹ்யூக்ஸ், அமெரிக்காவின் அம்புரோஸ் பியர்ஸ் மற்றும் டோனி மாரிசனைக் குறிப்பிடலாம். கார்த்திகைப் பாண்டியனின் முதல் மொழியாக்கத் தொகுப்பும் இது ஆகும்.

ஒரு கதையைப்போல் இன்னொன்றில்லை. செவ்வியல் தன்மையான ஹெர்மன் ஹெஸ்ஸேயின் 'கவிஞனி'லிருந்து வாய்மொழிக் கதையின் வடிவத்துடனும் கவிதையின் செறிவுடனுமிருக்கும் ரைஸ் ஹ்யூக்ஸின் 'கல்லறை சாட்சியம்' வரை விதவிதமான கதைகள். பிறமொழிகளிலிருந்து / பண்பாடுகளிலிருந்து கவனிக்கவும் / கற்றுக்கொள்ளவும் நிறைய இருக்கின்றன என்பதைச் சொல்லும் கதைகள்.

சென்ற ஆண்டு நோபல் பரிசுபெற்ற சீனத்தின் மோ யானின் சிறுகதை 'எருது' இரு சாமர்த்தியசாலிகளுக்கிடையிலான போட்டி - பொறாமை சார்ந்து, அவமானப்படுத்துதலில் தொடங்குகிறது. 'பேசாதே' எனப் பொருள்படும்படியான பெயர் கொண்டுள்ள மோ யான், தன் எழுத்தில் நிறையவே பேசுபவர். இந்தக் கதையை எடுத்துரைக்கும் சிறுவனுடைய அப்பாவின் அந்தரங்க விவகாரத்தை, அவரது மகனின் முன்னே அம்பலப்படுத்தும் தருணத்தில்தான் அவர், தன் எதிரியைத் தாக்குகிறார். யாராலும் அடக்கமுடியாத எருதை அடக்கி, எதிரியை அழிக்கவும் முற்பட்டுவிடுகிறார். ஒருவகையில், தந்தை-மகனுக்கிடையிலான கவுரவப் பிரச்சினையாகிவிடுகிறது. எவ்வளவு அவமானத்தையும் சகித்துவரும் அவர், இத்தருணத்தில் சீறிப்பாயும் மிருகம் என்பதாக மாறிப்போகிறார்.

'வால்வோ' என்னும் பொலிவியச் சிறுகதையில், பட்டமளிப்பு விழாவுக்காக அருகாமை நகரத்துக்குச் செல்லும் மாணவர்கள் குழு, தங்களில் ஒருவனை அநேகமாக இழந்துவிடுவதும், அந் நகரப்பெண் ஒருத்தியை வல்லுறவுக்கு ஆட்படுத்தி பலியாவதையும் அதன் ஆசிரியர் சோல்டன் விவரிக்கிறார். கூடவே, நாட்டின் வெவ்வேறான தேசிய இனங்களுக்கிடையேயான போட்டி பொறாமைகளை உணர்த்துகிறார். இந்த அம்சமே, மனிதர்களிடையிலான சச்சரவுகளுக்கு அடிப்படையாக இருந்து சில உயிர்களைக் காவுகொள்கிறது என்பதாக வாசிக்கமுடியும்.

'சதையாலான வீடு' என்னும் எகிப்தியச் சிறுகதையில், சின்னஞ்சிறு குடிலில் ஒரு விதவைத் தாயும் வயதுக்குவந்த மூன்று பெண்களும் வறுமையில் தம் விரகதாபத்தைப் பொசுக்கிக்கொள்வதான வேதனையில் உழல்கின்றனர். வாரம் ஒருமுறை வந்து குரான் வாசிக்கும் குருடனின் வருகைதான் அவர்களுக்கு ஆதரவளிப்பது. அது, 'மௌனத்தை

மௌனத்தால் அறுப்பதாயிருக்கிறது'. அக்குருடனை யாரேனும் ஒருவர் மணந்துகொள்ளலாம் என்னும் சந்தர்ப்பத்தில், அப்பெண்களெல்லாம் அந்த வாய்ப்பைத் தம் தாய்க்குத் தந்துவிடுகிறார்கள்.

அர்ஜெண்டினாவின் லூயிசா வெலன்சுயேலா எழுதிய 'கொலை செய்ய (வினைச்சொல்)' என்னும் கதை, அக்கா, தங்கையின் பார்வையில் ஒரு பைத்தியம்பிடித்த கொலைகாரனை முன்வைக்கிறது. அவனிடம் சிக்கிவிட்டால் என்ன நடக்கும் என்று கற்பனைசெய்வதும் பயந்து சாவதுமாயிருக்கும் அவர்கள், தம்மைப் பாதுகாத்துக்கொள்ள துப்பாக்கி கிடைத்ததும், தைரியம் கொள்கிறார்கள். 'கொலை செய்கிறான் - கொலை செய்தான் - கொலை செய்வான்' எனத் தொடங்கும் கதை, 'கொலை செய்யப்படுவான் - கொலை செய்யப்படுகிறான் - கொலை செய்யப்பட்டுவிட்டான்' என்று முடிகிறது.

ஹெர்மன் ஹெஸ்ஸேயின் 'கவிஞன்' கதையில், கவிதையில் பரிபூரணத்தைக் கண்டடைய வேண்டும் என்ற தேடலைக் கொண்டிருக்கும் இளைஞன் வருகிறான். அதற்காகத் தன் திருமணத்தையும் ஒத்திவைக்கிறான். 'உலகின் மிகத்துல்லியமான பிம்பத்தை தனது கவிதையில் ஒரு கணமேனும் உருவாக்கிட' விரும்புகிறான். தற்செயலாகச் சந்திக்கும் ஒரு பெரியவரிடம் அத் திறனைக் கண்டு, அவர் இருக்கும் நதிமூலத்து இடத்தைச் சென்றடைகிறான். அவரிடம் யாழை இசைக்கக் கற்றுக்கொள்கிறான். அதுவரை, தான் எழுதியவை கவிதைகள் அல்ல என்று அழிக்கிறான். கவிதை எழுதுவதென்பது மிகவும் கடினமானதும் பரிசுத்தமானதும் ஆகும் என்பதை உணர்கிறான். இரண்டு வருடங்களுக்குப்பின் ஊருக்குத் திரும்பி, தன் வீட்டையும் மணப்பெண் வீட்டையும் மனிதர்களையும் பார்த்துவிட்டு மீண்டும் குருவைத் தேடிவருகிறான் - கவிதைதான் தன் உலகமென்று. ஒருசமயம், அவர்மீது அவ்வளவு வெறுப்பும் குரோதமும். பின் அது மாறிட, தொடர்ந்து சிதாரும் குழலும் கற்று வாசிக்கிறான், கவிதை எழுதுகிறான். இப்போது காலத்தைப் பற்றிய பிரக்ஞை இல்லை. வலசை போகும் பறவைகளைப் பார்த்து ஊர் திரும்புகிறான். அவனது உறவினர்களும் அவனை அறிந்தவர்களும் எனப் பரிச்சயமானவர்களெல்லாம் இறந்துபோயிருந்தனர். யாழை மீட்டுகிறான்; பேதமின்றி, காலப்பிரக்ஞையின்றி. அப்படியே அனைவரும் செவிமடுக்கின்றனர்.

‘கதையென்பது வசிய மந்திரமோ, உளவியல் சிகிச்சையோ அல்ல; கதையென்பது நீங்கள் உணர்கின்ற, மிக அந்தரங்கமான ஒன்றை, சில நேரங்களில் தொந்தரவு தரக்கூடிய ஏதோவொன்றை மற்ற மனிதர்களோடு பகிர்ந்துகொள்வதற்கான எளிய வழி அது’ என்று, ‘டாட்’ கதையில் கூறுகிறார் இஸ்ரேலியச் சிறுகதையாளர் எட்கர் கெரேத்.

மேகி என்னும் செவிட்டு-ஊமைப்பெண், உள்ளுணர்வைத் தொலைத்தவளாக இரவில் அழுதபடியிருக்கிறாள். கருப்பர்-வெள்ளையர் இனஒதுக்கலுக்குப் பலியான இந்தப் பெண்ணுக்கு என்ன நடந்தது, உண்மையிலேயே இவள் யார் என்பது எந்த இடத்திலும் பட்டவர்த்தனமாகச் சொல்லப்படாது, இறுதிவரைக்கும் பூடகமாகவே இருந்துவருகிறது. இது, டோனி மாரிசனின் ‘வசனகவிதை’.

இத்தொகுப்பின் அற்புதமான கதைகளுள் ஒன்று, ரைஸ் ஹ்யூக்ஸின் ‘கல்லறை சாட்சியம்’. அடக்கம்செய்யப்பட்ட ஜான் லுப்பின் கல்லறைமீது ஏழு டேஃபோடில் மலர்கள் தூவப்படுகின்றன. வாடிப்போகும் தருணத்தில் துயரத்தை வெளிப்படுத்தும்விதமாக அவற்றிலொன்று தேன் உறிஞ்சவரும் தேனீயைக் கொன்று, மரித்த தேனீயை கல்லறைமீது கிடத்துகிறது. தொடர்ச்சியாக உலகில் ஒன்றன்பின் ஒன்றாக பலதும் அழிக்கப்பட்டு இறுதியாக, ரோபோ ஒன்று வீழ்ந்து சில்லிட்டுக் கிடக்க, வன்கொலை செய்யப்பட்ட ஒரு மனிதன் அதன்மீது கிடத்தப்படுகிறான். ஆக்கரீதியில் இதர உயிர்களுடன் பிணைப்புக் கொண்டிருப்பவன் மனிதன் என்பதை எதிர்மறையாக, வாய்மொழிக்கதை வடிவில், கவிதையாகச் சொல்கிறார் ரைஸ் ஹ்யூக்ஸ்.

கிரகாம் கிரீனின் சிறுகதை, கணவன்-மனைவிக்கிடையிலான பிணக்கையும் இணக்கத்தையும் பேசுகிறது. இன்னொரு சிறந்த கதை, அம்புரோஸ் பியர்ஸின் ‘சட்டமிடப்பட்ட சாளரம்’. காட்டில் தனித்துவாழும் ஒருவனது வாழ்க்கை தொடர்பானது. 200 ஆண்டுகளுக்குமுன்னர் நிகழ்ந்தது என்று கூறப்படுகிறது. மர்மமாக இறந்துகிடக்கும் மனைவியின் பற்களில் ஒரு மிருகத்தின் காதுத் துண்டு இருப்பது, அவன் சுட்டதால் ஈனஸ்வரம் எழுப்பும் சிறுத்தை, அந்த சம்பவத்தால் அம்மனிதன் கொள்ளும் அதிர்ச்சி என்று பல விஷயங்களை அடுக்கிக்கொண்டே வந்து, வலியையும் வேதனையையும்

இசைக்கருவியின் காவிய மீட்டலாகத் தருகிறது. வில்லியம் ஃபாக்னரை நினைவூட்டும் கதை.

நாவலாசிரியரும் சிறுகதையாளருமான எடோரா வெல்ட்டி, சில கதைகள் மட்டும் தனிச் சிறப்போடு அமைவதற்குக் காரணம், மூன்று அம்சங்கள் என்பார். அழகுணர்வு, மர்மம், தன்னெழுச்சித்தன்மை என்பவையே அவை. இத்தொக்குப்பின் பல கதைகளிலும் இவ்வம்சங்கள் இருப்பதால், சிறந்த கதைகளாக நம்மை வசீகரிக்கின்றன. தன்னெழுச்சியால் பீறிட்டுவரும் கதைகளில் கருத்தை வார்த்தெடுப்பதில் அழகுணர்வும், கதையின் தொடக்கத்திலிருக்கும் மர்மம், கதை புரிபட்டுவிட்ட முடிவிலும் தங்கியிருப்பதில்தான் வெல்ட்டியால் சிலாகிக்கப்படுகின்றன.

ஹெர்மன் ஹெஸ்ஸேயின் கவிஞன், மர்மம் பொதிந்த வாழ்வில் ஈடுபடுகிறான். வெலன்சுயேலா முன்வைக்கும் சகோதரிகள் மர்மமான கொலையாளிகுறித்து பேசுகிறார்கள். கல்லறை சாட்சியமும் புதிராயிருக்கிறது. வசன கவிதை பெரிதும் பூடகம்கொண்டிருக்கிறது. சோல்டனின் வால்வோவும் மர்மமான வன்முறையைச் சொல்கிறது.

ஒருபுறம், யதார்த்தம் மர்மத்தைக் கொண்டிருக்கிறது. இன்னொருபுறம், தோற்றம் மர்மமாக இருக்கிறது. இவற்றைத் தாண்டி, தொடர்புறுத்தலில் மர்மம் அமைகிறது. மர்மத்தை அவிழ்த்துவிட நேர்ந்தாலும் இறுதியில் மர்மத்தின் / மாயத்தின் அக உலகம் மீட்டாது, அதிசயத்தை / அபூர்வத்தை அறுத்துவிடுகிறது.

இந்த அதிசயம் / அபூர்வம், இத்தொகுப்பில் இருப்பதற்காக கார்த்திகைப் பாண்டியனைப் பாராட்டலாம், படிக்கலாம், பரவசமடையலாம்.

சா.தேவதாஸ்

இராசபாளையம்

28.11.2014

அம்புரோஸ் பியர்ஸ் (அமெரிக்கா)

Ambrose Bierce (1842-1904)

சிறுகதை எழுத்தாளர், பத்திரிகையாளர், பத்தி எழுத்தாளர் மற்றும் விமர்சகர் என அமெரிக்க இலக்கியத்தின் பல்வேறு துறைகளில் முன்னோடியாக விளங்கியவர் அம்புரோஸ் பியர்ஸ். எது குறித்தும் கவலை கொள்ளாத இவரது துணிச்சலும் வாழ்வின் மீது கொண்டிருந்த வெறுப்பும் சேர்ந்து நண்பர்கள் இவரைக் "கசந்த மனிதன்" என்றே செல்லப்பெயரிட்டு அழைத்தார்கள். தீவிர விமர்சகராக இருந்தபோதும் இளம் எழுத்தாளர்களை அடையாளம் கண்டு அவர்களை ஊக்குவிப்பதில் மிகுந்த ஆர்வம் கொண்டிருந்தார். இவரது சிறுகதைகள் தனித்துவமானவை. எந்தவிதமான முன்னறிவுப்புமின்றி சடாரெனத் துவங்கும் கதைகள் வாழ்வின் இருண்மையையும் கால ஊடாட்டங்களையும் போரின் கொடுமைகளையும் விரிவாகப் பேசுபவையாக இருந்தன. மொழியை அதன் அழகோடும் இறுக்கத்தோடும் பயன்படுத்துவதில் பியர்ஸ் எப்போதும் கவனமாய் இருந்திருக்கிறார். 1913ஆம் ஆண்டில் மெக்ஸிகன் புரட்சியைப் பற்றி அறிந்து கொளவதற்காகப் பயணப்பட்டவர் காற்றோடு கலந்தவராக எவ்வித அடையாளமுமின்றி தனது கதைகளைப் போலவே மர்மமான முறையில் மறைந்து போனார்.

சட்டமிடப்பட்ட சாளரம்

அம்புரோஸ் பியர்ஸ்

1830இல், தற்போது சின்சினாட்டி எனும் பெருநகரம் அமைந்திருக்கும் இடத்துக்கு சில மைல்கள் தொலைவில், அடர்த்தியாகவும் யாரும் எளிதில் ஊடுருவ முடியாததாகவுமான காடொன்று இருந்தது. எல்லையோர மக்கள், காட்டின் சில பகுதிகளில் அங்கொன்றும் இங்கொன்றுமாகக் குடியேறியிருந்தார்கள் - வெகுகுறைவான நாட்களிலேயே அவ்வடர்த்தியான வனத்தினூடாக தாங்கள் வசிப்பதற்கான அழகிய வீடுகளை, இன்றைக்குப் பார்க்கையில், மிக எளிமையானதாகவும் அன்றைய தினத்துக்கு நல்ல வசதியுடன்கூடியவை எனச் சொல்லும்படியாக, அந்த ஓய்வற்ற ஆத்மாக்கள் அமைத்துக் கொண்டன என்றாலும், தங்கள் இயல்பில் உறைந்திருந்த ஏதோவொரு மர்ம உந்துதலின்பொருட்டு எல்லாவற்றையும் துறந்து மேலும் மேற்குநோக்கி நகரத் தொடங்கினார்கள், தாங்கள் விரும்பி நீங்கிவந்த அற்ப சுகங்களை மீட்டெடுக்கும் முயற்சியில் புதிய ஆபத்துகளையும் துன்பங்களையும் தேடிக் கிளம்பினார்கள்.

தொலைதூர குடியிருப்புகளைத் தேடி பலரும் அந்தக் காட்டை நீங்கிக் கிளம்பினர். ஆனால் பின்பும் அங்கு தங்கியிருந்த மக்களில் முதன்முதலாக அங்கு வந்து குடியேறிய மனிதனொருவனும் இருந்தான். சுற்றி எல்லா பக்கமும் உயர்ந்த காடுகளால் சூழப்பட்ட மரத்தாலானதொரு வீட்டில், காட்டின் அமைதியிலும் இருட்டிலும் தானும் கலந்தவனாக, அவன் தனி ஆளாக வசித்துவந்தான். அவன் சிரித்தோ, தேவையற்ற வார்த்தையொன்றை உதிர்த்தோ யாரும் பார்த்தது கிடையாது. நதிக்கரை நகரமொன்றில் காட்டு விலங்குகளின் தோலை விற்றும், பொருள்களை பண்டமாற்று செய்தும், அவனுடைய எளிய தேவைகள்

நிறைவேறி வந்தன. எனவே, தேவைப்படின் இது தன்னுடைய இடம் என உரிமை கொண்டாடும்படியான நிலத்தில், அவன் எந்தவொரு பொருளையும் விளைவிக்கவில்லை. வளர்ச்சிக்கான சில தடயங்களும் தென்பட்டன - வீட்டின் அருகேயிருந்த சில ஏக்கர் நிலங்களில் இருந்த மரங்கள் வெட்டப்பட்டன, வீழ்ந்த மரங்களின் அடிக்கட்டைகளில் கோடாரிகள் விளைவித்த நாசத்தின்மீதாக சில தண்டுகள் புதிதாக முளைக்கவும் செய்தன. ஆனால் எதிர்பாராதவொரு நெருப்பின் சாம்பலோடு விவசாயத்தின்மீதான அம்மனிதனின் உற்சாகமும் காற்றில் கலந்து மறைந்துபோனது.

நீண்டு குறுகிய துவாரங்களில் களிமண் நிரம்பியும், குறுக்குவெட்டாக அமைந்த உறுதியான கம்பங்கள் தாங்கிநிற்கும் முறுக்கிய அட்டைகளைக் கொண்ட கூரையும், நீண்ட கழிகளால் ஆன புகைபோக்கியையும் உடைய அந்தச் சின்ன மரவீட்டில், ஒரு கதவும் அதன் நேரேதிராக ஒரு சாளரமும் இருந்தன. ஆனபோதும், பின்னதாகச் சொல்லப்பட்ட சாளரம் எப்போதும் சட்டமிடப்பட்டதாக இருந்தது - அல்லது அது அப்படி இல்லாதிருந்த தருணத்தை யாராலும் நினைவிலிருத்த முடியவில்லை. மேலும் அது, ஏன் சார்த்தப்பட்டுக் கிடந்தது என்பதை யாரும் அறிந்திருக்கவில்லை. கண்டிப்பாக, அங்கே வசித்தவனுக்கு காற்றும் வெளிச்சமும் பிடிக்காது என்பது காரணமாக இருந்திருக்க முடியாது, ஏனெனில், வேட்டைக்காரன் ஒருவனுக்கு, வெகு அரிதாக அந்தத் தனிமையான இடத்தின்வழியே பயணிக்க நேர்ந்தபோதெல்லாம், சூரிய ஒளி வானத்தால் படைக்கப்பட்டது தனக்காகத்தான் என எண்ணியபடி, வீட்டின் வாசலில் வீழ்ந்துகிடந்த ஒற்றை மனிதனைப் பார்க்க முடிந்திருக்கிறது. அந்தச் சாளரத்தின் ரகசியம் அறிந்த வெகுசில மனிதர்களே இன்றைக்கு உயிரோடு இருக்கக்கூடும் என நினைக்கிறேன். ஆனால் அவர்களில் நானும் ஒருவன் என்பதை நீங்கள் அறிந்துகொள்வீர்கள்.

அந்த மனிதனுடைய பெயர் முர்லாக் என்பதாக அறியப்பட்டது. தோற்றத்தில் எழுபது வயதுபோலத் தோன்றினாலும் உண்மையில், ஐம்பது வயது இருக்கக்கூடும். காலத்தைத் தாண்டிய வேறேதொவொன்று அவனுடைய முதுமைக்குக் காரணமாக இருந்தது. அவனுடைய தலைமுடியும் நீண்ட தாடியும் வெளுத்திருந்தன. பழுத்த ஒளியிழந்த கண்கள் உள்வாங்கி, ஒன்றாக இழுத்துத் தைக்கப்பட்ட சுருக்கங்களாலான

அவன் முகம் ஊடறுக்கும் இருவேறு அமைப்புகளை ஒத்திருந்தது. உருவத்தில் நீண்டுவளர்ந்தும் மெலிந்தும் இருந்தவனின் தோள்கள் சற்று வளைந்து கூன் போட்டிருந்தன - சுமைதாங்கியைப் போல. நான் அவனை ஒருபோதும் பார்த்தது இல்லை; இந்தத் தகவல்களை எல்லாம் எனது தாத்தாவிடமிருந்து அறிந்துகொண்டேன், சிறுபிள்ளையாக இருக்கும்போது அவனுடைய கதையையும் அவரிடம்தான் கேட்டுத் தெரிந்துகொண்டேன். ஆரம்பதினங்களில் அருகருகே வசித்து வந்தபடியால் அவர் அவனை நன்கு அறிந்திருந்தார்.

ஒருநாள் முர்லாக், தனது அறையில் இறந்துகிடந்தவனாக கண்டெடுக்கப்பட்டான். விசாரணைகள் மற்றும் செய்தித்தாள்களுக்கான காலமோ, இடமோ அது கிடையாது, ஆகையால் அவன் இயற்கையாக மரணித்ததாக அவர்கள் ஒத்துக்கொண்டார்கள் என நினைக்கிறேன் அல்லது அவ்வாறாகத்தான் நடந்தது எனவும் அதையே நம்பும்படியும் எனக்குச் சொல்லப்பட்டிருக்க வேண்டும். அவனுக்கு மரியாதைசெய்யும் செயலென அர்த்தம்கொள்ளும்படி அவனுடைய உடல் வீட்டின் அருகே புதைக்கப்பட்டது என்பதை மட்டும் நான் அறிந்திருந்தேன். தன் மனைவியின் கல்லறைக்கு அருகாமையில் அவன் புதைக்கப்பட்டான். அவளைப் பற்றிய சிறு தடங்களைக் கூட அந்த மக்கள் அறிந்திராதவண்ணம் பல வருடங்களுக்கு முன்பாகவே அவள் மரித்துப்போயிருந்தாள். இந்த உண்மைக் கதையின் இறுதி அத்தியாயம் அத்தோடு முடிந்தது - பல வருடங்களுக்குப் பின்பாக, என்னைப்போலவே தைரியம்கொண்ட மற்றொரு உயிரின் துணையோடு அந்த இடத்தை நான் ஊடுருவியதும் பின்பாக கைவிடப்பட்ட வீட்டினருகே துணிச்சலாகச் சென்று கல்லெறிந்ததும் காட்டிலிருந்த அத்தனை சிறுவர்களும் நன்கறிந்து வைத்திருந்த அவ்விடத்தில் நடமாடிவந்த பேயிடம் இருந்து தப்பியோடியதும் - எனும் ஒரு சம்பவத்தைத் தவிர்த்து. ஆனால் அதற்கும்முன்பாக என் தாத்தா எனக்குச் சொல்லிப்போன வேறு அத்தியாயமும் இருந்தது.

முர்லாக், தனது வீட்டைக் கட்டியபோதும் உறுதியான கரங்களால் கோடரியை வீசிப் பண்ணையை உருவாக்கியபோதும் - அவ்வேளைகளில் அவனுக்கு ஆதரவாக ஒரு துப்பாக்கி இருந்தது - அவன் இளமையானவனாக, பலசாலியாக, முழுதும் நம்பிக்கையால் நிரம்பியவனாக இருந்தான். அந்த கீழைத்தேச

நிலத்துக்கு வந்தபோது, அந்நாளைய வழக்கங்களின்படி, எல்லாவகையிலும் தனக்கு விசுவாசமானவளாகவும், அவனுக்கான ஆபத்துகளையும் துன்பங்களையும் ஒருசேர விருப்பத்தோடு ஏற்றுக்கொள்ளும்படியாக மெல்லிய இதயம் படைத்தவளாகவும் இருந்த அழகான பெண்ணொருத்தியைத் திருமணம் செய்திருந்தான். அவளுடைய பெயர்பற்றிய குறிப்புகள் கிடைக்கப் பெறவில்லை. அவள் அறிவின் வசீகரம்பற்றியோ, தனிப்பட்ட குணநலன்கள் பற்றியோ ஏதும் தெரியாதநிலையில் சந்தேகம்கொள்ளும் எவரும் அவளைப் பற்றி எவ்விதமான சந்தேகமும்கொள்ள சுதந்திரம் உண்டு. ஆனால் அதை நான் பகிர்ந்துகொள்வதென்பது நிகழாமல் கடவுள் காப்பாற்றட்டும்! மனைவியை இழந்த மனிதொருவனின் வாழ்வில் கூடிக்கொண்டேபோகும் ஒவ்வொரு தினமும் அவர்களின் அன்பையும் மகிழ்ச்சியையும் வலியுறுத்துவது; இனிமையான நினைவுகளின் வசீகரம்தாண்டி, வேறு எதுதான் அலைந்து திரிய விழையும் ஒரு ஆத்மாவை சபிக்கப்பட்ட அவ்விடத்தை விட்டு நகராதபடி கட்டிப்போட்டிருக்க முடியும்?

காட்டுக்குள் வெகுதொலைவு சென்று வேட்டையாடித் திரும்பிய ஒரு தினத்தில் முர்லாக், தன் மனைவி ஜன்னி கண்டு பலமிழந்து காய்ச்சலில் வீழ்ந்துகிடப்பதைக் கண்டான். அருகில் எந்த மருத்துவரும் அண்டை வீட்டாரும் இல்லை; விட்டுப் பிரிந்துபோய் உதவி தேடிவரும் சூழலில் அவளும் இல்லை. எனவே, அவள் உடல்நலத்தை மீட்டெடுக்கும் பொறுப்பை அவனே ஏற்றுக்கொண்டான், ஆனால் அன்றிலிருந்து மூன்றாவது தினத்தில் மயக்கத்தில் விழுந்தவள், மீண்டுவரும் எந்தவொரு வாய்ப்பையும் தராமலே, அதனூடே மரித்துப்போனாள்.

அவனுடைய இயல்புகளென நாம் அறிந்தவற்றின்மூலமாக, என் தாத்தாவின் சொற்களில் உருவாகியிருந்த அவனுடைய சித்திரத்திலிருந்து சில தகவல்களை நம்மால் உருவகிக்க இயலும். அவள் இறந்தது உறுதியானவுடன் இறந்தவர்களுக்கான சடங்குகளைச் செய்திட வேண்டும் என யோசிக்கும் அளவுக்கு முர்லாக் தெளிவாகயிருந்தான். புனிதச் சடங்குகளின்போது நிறைய தவறுகள் செய்தான், சில விசயங்களைத் தவறாகவும் சரியாகச் செய்த மற்ற விசயங்களை அர்த்தமின்றி மீண்டும் மீண்டும் செய்தான். தனக்குப் பழக்கமான செய்கைகளைக்கூட சரியாகச் செய்யவியலாமல் தவிக்கும் குடிகாரனைப்போல தானும் தடுமாறுகிறோம் என்பதில் அவனுக்குள் தயக்கம்

நிரம்பியது - ஆச்சரியமாகவும் சிறிது வெட்கமாகவும் உணர்ந்தான். மரித்தவர்களுக்காக அழாமல் இருப்பது கருணயற்ற செயல். "நாளை", அவன் உரக்கக் கத்தினான், "நானொரு சவப்பெட்டியைச் செய்து அவளுக்கான சவக்குழியையும் தோண்டுவேன்; பின்பாக என் கண்பார்வைக்கு எட்டாதவகையில் அவளை உள்ளிறக்கி வைப்பேன். ஆனால் இப்போது - அவள் இறந்துவிட்டாள் என்பது உண்மைதான், பரவாயில்லை - இதை நான் எப்படியும் ஏற்றுக்கொள்ளத்தான் வேண்டும். என்னுடைய நிலைமை அது தோற்றமளிப்பதைப் போல அத்தனை மோசமில்லை என்றே நம்புகிறேன்."

மெலிதாக மங்கி மறைந்துகொண்டிருந்த வெளிச்சத்தின் நடுவே எந்திரம்போல, அன்பின் சுவடுகள் ஏதுமின்றி, அவன் அந்த உடலினுடைய தலைமுடி அலங்காரங்களை எல்லாம் ஒழுங்குபடுத்தினான். அந்தக் கணத்திலும் அவனுடைய ஆழ்மனத்தில் எல்லாம் சரியாக இருப்பதாகத் தோன்றியதோடு அவள், அவனிடம் மீண்டுவந்து நடந்ததை விளக்கிச்சொல்வாள் எனும் நம்பிக்கை ஆழ வேரூன்றியிருந்தது. அவன், இதுவரைக்கும் ஆழ்ந்த துக்கத்தை அனுபவித்தது கிடையாது; அதைத் தாங்கும் திறனும் அவனுக்கு இல்லை. அவனுடைய மனதால் அதை ஏற்றுக்கொள்ள முடியவில்லை என்பதோடு உண்மையை ஒப்புக்கொள்ளும் தைரியமும் அவனது அறிவுக்கு இல்லை. தான் எத்தனை ஆழமாகப் பாதிக்கப்பட்டிருக்கிறோம் என்பதை அவன் அறியவில்லை. ஆனால் அது தெரிந்தபின்பு அந்த துக்கமானது வாழ்க்கைக்கும் அவனை நீங்கவில்லை.

துயரம், ஒரு திறமையான கலைஞனைப்போல பல்வேறு வாத்தியங்களால் இறந்தவர்களுக்கான ஒப்பாரிப்பாடலை இசைக்கிறது, சிலநேரங்களில் மனதைச் சில்லிட்டு ஊடுருவிப்போகும் வாத்தியங்களாலும் மேலும் சில தருணங்களில், எங்கோ வெகுமெதுவாக ஒலிக்கும் தூரத்துப் பறைகளின் ஒலியைப்போல தொடர்ச்சியாக அதிர்ந்துகொண்டிருக்கும் கல்லறை நரம்புகளைக் கொண்டும். சிலரின் இயல்புகளை திடுக்கிடச் செய்கிறது; சிலரை மொத்தமாக கலைத்துப் போடுகிறது. ஒருவருக்கோ, தெளிவாக வாழ்க்கையின்மீது நம்பிக்கைகளைச் செலுத்தும்படியாக, மனதை ஒரு அம்பெனத் தைக்கிறது; வேறொருவருக்கோ, பலமானதொரு தடியால் தாக்கப்பட்டதுபோல, மனதை மரத்துப்போகச் செய்கிறது. முர்லாக் அவ்விதம் பாதிக்கப்பட்டதாகவே

நாம் எடுத்துக் கொள்ளலாம் (சந்தேகமாக சொல்வதைக் காட்டிலும் நாம் இதை உறுதியாகவே சொல்லலாம்). ஏனெனில், வெகுசிரத்தையோடு தன் வேலையை முடித்த உடனேயே, உடல் கிடத்தப்பட்டிருந்த மேசைக்கு அருகிலிருந்த நாற்காலியில் அமர்ந்தவன், அடர்ந்த இருட்டுக்குள் அந்த உடல் வெண்மையாக மினுங்குவதைப் பார்த்தபடி, விவரிக்கவியலாத சோர்வோடு இன்னும் அழ மாட்டாதவனாக, கைகளை மேசையின் விளிம்பில் வைத்து அதனுள் தன் முகத்தைப் புதைத்துக்கொண்டான். அந்தக் கணத்தில், இருண்ட வனத்துக்குள் தொலைந்துபோன குழந்தையொன்றின் புலம்பல்போல, நீளமானதொரு அழுகுரல் திறந்துகிடந்த சாளரத்தின்வழியே கேட்டது. ஆனால் அவன் நகரவில்லை. மீண்டும் முன்னைக்காட்டிலும் நெருக்கத்தில், அந்த மனிதத்தன்மையற்ற குரல் காதுகளில் ஒலித்தபோது, அவன் தன்னிலை இழந்தவனாக இருந்தான். பெரும்பாலும் அது, காட்டு விலங்காக இருக்கலாம் அல்லது கனவாகக்கூட இருக்கலாம். ஏனெனில் முர்லாக் உறங்கியிருந்தான்.

சில மணி நேரங்களுக்குப் பிறகு, அப்படித்தான் இருக்குமென்று பிறகு தோன்றியது. மெதுவாக எழுந்துகொண்ட அந்த நம்பிக்கையற்ற மனிதன், கைகளின்மீது இருந்த தன் தலையை உயர்த்தி, எதைக் கேட்கிறோம் என்பதை அறியாமலே கூர்ந்து கேட்டான். நடந்ததை எல்லாம் எந்த அதிர்ச்சியும் இன்றி எண்ணிப் பார்த்தவன், இறந்துகிடந்த சடலத்தின் அருகேயிருந்த இருட்டுக்குள் சிரமப்பட்டு தன் பார்வையைச் செலுத்தியபோதும், எதையும் புரிந்துகொள்ள முடியவில்லை. அவனுடைய புலன்கள் கூர்மையாக இருந்தன, மூச்சு தாமதித்து வெளியேறியது, சூழலில் அமைதியை உணரும்படியாக உடம்பின் இரத்தம் உறைந்திருந்தது. யார் அல்லது எது அவனை எழுப்பியது, மேலும் அது இப்போது எங்கே இருக்கிறது?

திடீரென, அவன் கைகளுக்குக் கீழிருந்த மேசை ஆடியது. அதேசமயத்தில் அவனால் ஒரு சத்தத்தைக் கேட்கமுடிந்தது அல்லது கேட்டதாக அவன் நம்பினான். வெற்றுக்கால்கள் தரைமீது மெல்ல மெல்ல அடியெடுத்து நகர்ந்து போகும் சத்தத்தை அவன் கேட்டான்.

சத்தமிடவோ, நகரவோகூட சக்தியின்றி அவன் பயந்திருந்தான். வேறுவழியின்றி காத்திருந்தான் - நூறாண்டு காலங்களாக வெகுபயங்கரமான கொடுமைகளை அனுபவித்தும்

அவற்றைப் பிறரிடம் சொல்வதற்கென உயிர் வாழ்பவர்களைப் போல அடர்ந்த இருட்டின்நடுவே அவன் நின்றிருந்தான். இறந்துபோனவளின் பெயரை உச்சரிக்க முயன்று தோற்றவன், தன்னுடைய கைகளை நீட்டி அவளுடைய சடலம் அங்குதானிருக்கிறதா எனத் தெரிந்துகொள்ள முயன்றான். அவன் தொண்டை வறண்டு கை கால்களும் கெட்டித்துப்போயின. பிறகு இன்னும் பயங்கரமான விசயமொன்று நடந்தேறியது.

கனத்த உடல் விசையுடன் மோதியதன்காரணமாக வீசப்பட்ட மேசை அவன் மார்பில் வந்து மோத தூக்கியெறியப்பட்டவன்போல் ஆனான். அதேநேரத்தில், மொத்த வீடும் அதிரும்படியாக பெருத்த சத்தத்தோடு தரையின்மீது ஏதோ விழுந்ததையும் அவனால் கேட்கமுடிந்தது. அங்கே ஏற்பட்ட குழப்பத்தில் வார்த்தைகளால் விவரிக்கமுடியாத சத்தங்களையும் கேட்கமுடிந்தது. விழுந்துகிடந்த முர்லாக் எழுந்தான். பயம், தனது திறன்களின்மீதான அவனது கட்டுப்பாட்டை இழக்கச் செய்திருந்தது. மேசையின்மீது தன் கைகளை வீசித் தேடினான். அங்கு ஏதுமில்லை.

அச்சம் வெறியாக மாறும் தருணம். அவ்வெறி, மனிதனின் செய்கையாக வெளிப்படும். எவ்விதமான நோக்கமும் உத்தேசமும் இன்றி பைத்தியத்தின் அனிச்சை செயலென சுவருக்குத் தாவிப்போய் மெதுமெதுவாய் தடவி, தனது குண்டுநிரம்பிய துப்பாக்கியை எடுத்த முர்லாக் இலக்கு ஏதுமின்றி சுட்டான். பிரகாசமான அலங்காரம்போல அறையை நிரப்பிய அவ்வொளியில், மிகப்பெரிய சிறுத்தைப் புலியொன்று இறந்துகிடந்தவளை சாளரத்தை நோக்கி இழுத்துப்போவதைக் கண்டான், அதன் பற்கள் அவள் தொண்டையில் பதிந்திருந்தன. பிறகங்கே முன்னைவிட அதிகமாக இருளும் அமைதியும் சூழ்ந்துகொண்டன; அவனுக்கு நினைவு திரும்பியபோது, வானில் சூரியன் உயர்ந்து பிரகாசிக்க வனம் பறவைகளின் பாடல்களால் நிரம்பியிருந்தது.

துப்பாக்கியின் சத்தத்திலும் அதன் ஒளியிலும் பயந்துபோன மிருகம் சடலத்தை சாளரத்தின் அருகில் விட்டுப்போயிருந்தது. சடலத்தின் உடைகள் கிழிந்திருந்தன, நீண்ட முடி கலைந்து, கால்கள் தாறுமாறாகக் கிடந்தன. பயங்கரமாக காயம்பட்டிருந்த தொண்டையிலிருந்து வழிந்த இரத்தம் முழுதும் உறையாமல் ஒரு குளமெனத் தேங்கி நின்றது. அதனுடைய கைகளை

இறுக்கி அவன் கட்டியிருந்த கயிறு அறுந்துகிடந்தது; கைகள் இறுகிக் கிடந்தன. அதன் பற்களிடையே இருந்தது மிருகத்தின் காதினுடைய ஒரு துண்டு.

- கல்குதிரை

∎∎∎

ரைஸ் ஹ்யூக்ஸ் (வேல்ஸ்)

Rhys Hughes (1966)

1966இல் வேல்ஸில் இருக்கும் கார்டிப் நகரில் பிறந்தவர். சிறுகதைகள், நாவல்கள் மற்றும் கட்டுரைகள் எனப் பல்வேறு தளங்களில் இயங்கி வருகிறார். இடாலோ கால்வினோ, போர்ஹேஸ், மிலோராத் பாவிச், பார்தால்மே எனப் பலருடைய எழுத்தின் தாக்கங்களை இவரது படைப்புகளில் காண முடிகிறது. நகைச்சுவையும் கேலியும் கலந்து எழுதும் இவருடைய எழுத்துகளில் சர்ரியல்தன்மை மிகுந்திருக்க கொலாஜ் படைப்புகளிலும் மிகுந்த ஆர்வம் கொண்டிருக்கிறார். கணிதம் மற்றும் தர்க்கத்தை எழுத்தில் பயன்படுத்துவதன் மூலம் பாரம்பரிய எழுத்து முறைகளைத் தீவிரமாக எதிர்க்கும் ஔலிப்போ எனும் சர்வதேச இலக்கிய இயக்கத்தில் ஈடுபாடு கொண்டவர். *"The Percolated stars ", "Engelbrecht Again!", "Mister Gum", "Twisthorn Bellow"* ஆகிய நாவல்கள் வெளியாகி உள்ளன. தொடர்ச்சியாக இணையதளங்களிலும் இயங்கி வருகிறார். இதுவரைக்கும் அறுநூறுக்கும் மேற்பட்ட கதைகளை எழுதியுள்ளார். ஒன்றுக்கொன்று தொடர்புடைய / தொடர்பற்ற ஆயிரம் கதைகளை ஒன்றிணைக்கும் கதைச்சக்கரம் *(Wheel)* ஒன்றினை எழுதுவதைத் தன் வாழ்நாள் இலட்சியமாகக் கொண்டுள்ளார்.

கல்லறை சாட்சியம்

ரைஸ் ஹ்யூக்ஸ்

புராதனமான ஒரு கல்லறைத் தோட்டத்தில் ஜான் லூப் என்ற மனிதனை புதைத்தபோது, அவனுடைய நண்பர்கள் அவனது சொந்தத் தோட்டத்திலிருந்து கொணரப்பட்ட சில மலர்களை கல்லறையின்மீது மரியாதை நிமித்தமாக வைத்துவிட்டு வந்தார்கள். மழைக்காலம் வந்தபோது வாடிப்போயிருந்த அம்மலர்கள் மெதுவாக சிதையத் தொடங்கின.

தோட்டத்திலிருந்த மற்ற மலர்களெல்லாம் தங்கள் நண்பர்களை இழந்த துக்கத்தில் ஆழ்ந்துகிடந்தன. அந்த ஏழு டேஃபொடில் மலர்களின் கொடுங்கொலை வெகுவெளிப்படையாக நடந்துவிட்டிருந்தது. பழிவாங்குவதற்கான எந்த முகாந்திரமும் இல்லாதநிலையிலும் தங்களுடைய துயரத்தை ஏதேனும் ஒரு தகுந்த சமிக்ஞையின்மூலம் வெளிப்படுத்த தப்பிப் பிழைத்த மலர்கள் விரும்பின.

அவற்றின் காத்திருப்பு அவ்வருடத்தின் முதல் தேனீ தோன்றி அருகாமையிலிருக்கும் மலரின்மீது வந்தமரும்வரை நீண்டது. மகரந்தத்தை எடுக்க மெதுமெதுவே குழலுக்குள் தேனீ நுழைந்த தருணத்தில், வீனஸ் ஃபிளைடிராப்பைப் போன்ற லாவகமானதொரு சுழற்சியின்மூலம் தன்னை மூடிக்கொண்ட அந்த டேஃபொடில் மலர், அத்தேனீ இறந்துபோகும்வரையில் வெகுஅழுத்தமாக இறுக்கியபடியிருந்தது.

தன்னுடைய வேர்களை பூமியிலிருந்து பெயர்த்தெடுத்துக் கொண்டு கல்லறைத் தோட்டம் வரை நடந்துபோவதென்பது டேஃபொடில் மலருக்கு அத்தனை எளிதான காரியமாக இருக்கவில்லை. பலநாள் உயிர் வாழும் தாவரங்களுக்குக் கூட

இத்தகைய செயல்கள் பயங்கர சோர்வை தரக்கூடியவை என்பதால் அவை பெரும்பாலும் இவற்றில் ஈடுபடுவதில்லை எனும்நிலையில் டேஃபொடில் மலருக்கு இந்த அனுபவம் வெகு பயங்கரமானதாக இருந்தது. இறுதியாக, அது கொலை செய்யப்பட்ட மலர்கள் கிடந்த கல்லறையைக் கண்டடைந்து தன் இதழ்களை விரித்து மரித்துப்போன தேனீயை அதன்மீது கிடத்தியது.

தன்னுடைய கடமை நிறைவேறிவிட்டதெனவும் இவ்வாறு தான் செய்திருப்பது மிகச் சரியான செய்கை எனவும் மன நிம்மதியுற்ற அந்த மலர் தோட்டத்துக்கு திரும்பிச் சென்று தன்னைத்தானே மீண்டும் வேரூன்றிக்கொண்டது. மனிதர்களுக்கு மலர்களால் அஞ்சலி செலுத்தப்படுகிறது; மலர்களுக்கு தேனீக்களால். ஆனால் இந்தக் கதை இத்தோடு முடிவதில்லை.

தேனீ, தன் கூட்டுக்குத் திரும்பிவராத காரணத்தால் சஞ்சலம்கொண்ட அதன் நண்பர்கள், அதை தேடத் தொடங்கின. வெகுகடைசியாக அதனுடல் கல்லறைத் தோட்டத்தில் கண்டெடுக்கப்பட்டது. தேனீயின் ஈமச்சடங்கை மறுநாள் வைத்துக்கொள்வதெனவும் ஒரு கரடியைக் கொன்று தேனீயின் கல்லறையை அழகுபடுத்துவதெனவும் மற்ற தேனீக்களால் தீர்மானிக்கப்பட்டது.

சூரிய உதயத்திற்குச் சிறிதுநேரம் கழித்து, மொத்தமாக வெளிக்கிளம்பிய தேனீக்களின் கூட்டம் மலைச்சரிவிலொரு கரடியை விரட்டிப்போனது. பின்பு அதனுடைய உடம்பு கல்லறைத் தோட்டத்துக்கு இழுத்துவரப்பட்டு தேனீயின்மீது கிடத்தப்பட்டது. தளர்ச்சிகொள்ளச் செய்வதாயிருந்தாலும், கரடியின் பிரமாண்டமான மயிரடர்ந்த பிணம், தேனீக்களின் கடும் முயற்சியை பறைசாற்றுவதற்குத் தகுதியானதாக இருந்தது.

தங்கள் நண்பனின் மரணம்குறித்து ஒரு வார காலம் புலம்பியபடியும் தேம்பி அழுதபடியும் இருந்த கரடிகளால், ஆற்றிலிருந்து பிடித்துவரப்பட்ட சாலமன் மீனொன்று, இறந்துபோன கரடியின் தலைமீது தொங்கவிடப்பட்டது. நடந்ததைக் கேள்விப்பட்ட மீனுடைய நண்பர்கள் கூட்டமாகச் சென்று தாக்கியதில் பல கரங்களைக் கொண்டதொரு ஸ்குவிட்டின் வாழ்க்கை முடிவுக்குவந்தது. ஆனால் எப்படி

அதை கல்லறை வரை மீன்களால் இழுத்துவர முடிந்தது என்பது இன்னும் மர்மமாகவே இருக்கிறது.

இறந்துபோன ஸ்குவிட்டுக்கு மரியாதை செய்ய ஒரு ஆல்பெட்ராஸ் பறவையைக் கொல்வதென அதன் நண்பர்கள் தீர்மானித்தபடியால், அவற்றிலொன்று கடலின் மேற்புறத்துக்கு வந்து, பறந்துகொண்டிருந்த பறவையை அடித்து வீழ்த்தி, நீருக்குள் இழுத்துச்சென்று மூழ்கடித்தது. பிறகு அந்த அல்பெட்ராஸ் பறவையின் உயிரற்ற உடல், ஜான் லூப்பின்மீதான, மலர்களின்மீதான, கரடியின்மீதான, சாலமன் மீனின்மீதான, ஸ்குவிட்டின்மீது மிகுந்த மரியாதையோடு அழகு செய்யப்பட்டது.

சில நாட்களுக்குப் பின்பு, அல்பெட்ராஸ் பறவையின் நண்பர்களால் ஒரு குட்டி விமானம் விபத்துக்குள்ளாக்கப்பட்டது. விமான ஓட்டி சரியான நேரத்தில் தப்பிவிட்டாலும் மலையின்மீது விமானம் மோதி நொறுங்கியது. சிதறிக்கிடந்த விமானத்தை கல்லறைத் தோட்டத்துக்கு இழுத்துவந்த பறவைகள் அதை மெதுவாக கல்லறையின்மீது நகர்த்திவைத்தன. பின்பு அவை பறந்துபோயின.

ஒரு தேவாலயத்தின்மீது விமானத்தின் நண்பர்களால் குண்டு வீசப்பட்டு அதன் இடிபாடுகள் சிதைந்துகிடந்த விமானத்தின்மீது அடுக்கப்பட்டது. பின்பு அழிக்கப்பட்ட தேவாலயத்தின் நண்பர்கள் அனைத்தும் ஒன்றிணைந்து ஒரே நேரத்தில் கடந்துபோனதன்மூலம் தங்கள் எடையின் வலுவால் ஒரு பாலத்தை இடிந்துவிழச் செய்தன. முந்தைய விதிகளின்படியே, அந்தப் பாலமும் கல்லறையின்மீது கிடந்த குண்டுவீசப்பட்ட தேவாலயத்தின் மேலாக வந்து சேர்ந்தது.

ஆனால் அந்தப் பாலத்தினுடைய நண்பர்களால், அவற்றின் கிராதிகளிடையே இசைத்துவந்த கீழைக்காற்று, தங்கள் தோழனுடைய மரணத்திற்கான எதிர்வினையாக கொலை செய்யப்பட்டது. மேலும் சில நாட்களுக்குப் பிறகு, இன்னபிற காற்றெல்லாம் ஒன்றுகூடி விண்வெளியில் ஒலிபரப்பாகிக் கொண்டிருந்த வானொலி அலைவரிசையைக் கொலை செய்தன. மேலும் தன்னை உள்வாங்கும் செயற்கைக்கோளையே அழிக்கக்கூடியதான தீய செய்தியொன்று, அந்த குறிப்பிட்ட

அலைவரிசையின் நண்பர்களால் விண்வெளிக்குள் பரப்பிவிடப்பட்டது. மேலும் இதுபோலவே.

மாதங்கள், ஆண்டுகள், நூற்றாண்டுகள் கடந்துபோயின.

ஒருநாள், கல்லறைத் தோட்டத்தின்வழியே ரோபோ ஒன்று போய்க் கொண்டிருந்தது. இறந்த உடல்களாலான மீப்பெரும் சிகரத்தைக் கண்டவுடன் அது, தன் அறிவியல் இயல்பால் உந்தப்பட்டது. கரங்களை நீட்டி அச்சிகரத்தின் மீதேறி அமர்ந்த ரோபோவின் பளிங்குக்கண்களில் கனவுகள் மிதந்தபடி இருந்தன.

"உலகத்துக்கு உள்ளும் வெளியுமாகவும் இருக்கக்கூடிய எல்லாவற்றிலும் குறைந்தபட்சம் ஒன்றேனும் இங்கே வீழ்ந்துகிடக்கிறது.." அது தனக்குள் சொல்லிக்கொண்டது. "ஒன்றே ஒன்றைத் தவிர..." சட்டென, தன் சமநிலையிழந்த ரோபோ, விளிம்பிலிருந்து தடுமாறி கீழே விழத் தொடங்கியது. வெகுஉயரத்திலிருந்து விழுந்தபோது, கீழேயிருந்த பூமி அதற்கொரு வேற்றுக்கிரக கனியின் அளவே இருப்பதாகத் தென்பட்டது. வேகமாக உருண்டுகொண்டிருந்த நிலையிலும், அந்தக் கனியின் ரசம் எத்தகைய சுவைகொண்டதாக இருக்குமென வெகுமங்கலான தன் நினைவுகளின்வழியே சிந்தித்தபடி இருந்தது ரோபோ. அதற்கான விடை எலெக்ட்ரான்கள் மற்றும் எண்ணெயின் சுவை என்பதாக அது புரிந்து கொண்டது. ஆனால் அவை யாவும் தரையில் வீழ்ந்தபின்பாக தன் உடம்பிலிருந்து வழிந்துகொண்டிருக்கும் நீர்மத்தின் சுவை என்பதை அது அறிந்திருக்கவில்லை.

ஜான் லூப்பின் கல்லறைக்கு அருகே, சின்னஞ்சிறு துகள்களாக அந்த ரோபோ சில்லிட்டுக் கொண்டிருந்தபோது, அதனுடைய நண்பர்கள் புதிதாக வன்கொலை செய்யப்பட்டதொரு மனிதனை அதன்மீது கொண்டுவந்து கிடத்தின.

- வலசை

■■■

கிரகாம் கிரீன் (இங்கிலாந்து)
Graham Greene (1904-1991)

இங்கிலாந்தைச் சேர்ந்த எழுத்தாளர், நாடக ஆசிரியர் மற்றும் இலக்கிய விமர்சகர் கிரகாம் கிரீன் இருபதாம் நூற்றாண்டின் மாபெரும் எழுத்தாளர்களில் ஒருவராக மதிக்கப்படுபவர். வெகுஜன எழுத்துக்கும் இலக்கியத்துக்குமுண்டான இடைவெளியைக் குறைக்க பெரிதும் முயற்சி செய்தவர். தனக்கென எந்தவொரு பாணியையும் உருவாக்கிக் கொள்ளாததே கிரீனின் தனிச்சிறப்பு என்கிறார் விமர்சகர் ஈவ்லின் வாக். இவருடைய முக்கியமான நாவல்கள் மதம் சார்ந்த கருத்துகளை அடிப்படையாகக்கொண்டு எழுதப்பட்டவை. இதன் காரணமாக இவரொரு ரோமன் கத்தோலிக்க நாவலாசிரியர் என்பதாய் விமர்சிக்கப்பட அதனைத் தீவிரமாக மறுத்த கிரீன் தானொரு ரோமன் கத்தோலிக்கனாக இருக்க நேர்ந்திட்ட நாவலாசிரியன் என்றே தன்னை அடையாளப்படுத்திக் கொண்டார். பைபோலார் டிசார்டர் எனும் மனநோயால் பாதிக்கப்பட்டிருந்தார். அதன் தாக்கத்தை அவரது எழுத்துகளிலும் தனிப்பட்ட வாழ்விலும்கூட நம்மால் உணர முடியும். *Brighton Rock, The power and the glory, The third man* மற்றும் *the quiet american* ஆகியவை இவருடைய முக்கியமான நாவல்கள்.

நீலப்படம்

கிரகாம் கிரீன்

"மற்றவர்கள் கொண்டாட்டமாக இருக்கிறார்கள்" என்றாள், திருமதி. கார்ட்டர்.

"ஆம்" என பதிலளித்தான், அவளுடைய கணவன். "நாமும் பார்த்திருக்கிறோம்."

"சாய்ந்திடும் புத்தர், மரகத புத்தர், மிதக்கும் அங்காடிகள்," என்றாள் திருமதி. கார்ட்டர். "இரவு உணவை முடித்துக்கொண்டு வீட்டுக்கு உறங்கச் செல்வோம்."

"நேற்றிரவு, நாம் ஃப்ரென்ச் உணவு விடுதிக்குச் சென்றிருந்தோம்..."

"நீ என்னோடு இல்லாதிருந்தால்" என்றாள் திருமதி. கார்ட்டர். "அப்போது தெரியும்.. நான் சொல்வது உனக்குப் புரிகிறதா - சுவாரசிய நிகழ்வுகள்."

காபிக் கோப்பைகளின் ஊடாக, தனது மனைவியை உற்று நோக்கியபடி அவள் சொல்வது உண்மைதான் என்பதாக எண்ணிக்கொண்டான் கார்ட்டர். முழங்கையின்மேல் அவள் அணிந்திருந்த வளையல் காபி ஸ்பூனோடு உரசுகையில், நாணயங்கள் தரையில் சிதறுவதைப்போல ஒலியெழுப்பியது: வாழ்வின் அத்தனை நிலைகளிலும் திருப்தியுற்ற பெண்ணொருத்தி மிகுந்த அழகுடையவளாகத் தோன்றும் பருவத்தை அவள் வந்தடைந்திருந்தாள், எனினும் அதிருப்தியின் ரேகைகள் மெலிதாக தோன்றத் துவங்கியிருந்தன. அவளுடைய கழுத்தைப் பார்க்கையில் அதிலிருந்து ஒரு பூத் துவாலையை உருவியெடுப்பது எத்தனை கடினமாயிருந்ததென்பது அவன் நினைவுக்கு வந்தது. அது, தன்னுடைய தவறா என அவன் ஆச்சரியம்கொண்டான் அல்லது அவளுடையதா அல்லது சுரப்பிகளின் குறைபாடு,

வம்சமாகத் தொடரும் குணங்கள் என அவள் பிறப்பில் உண்டான பிரச்சினைகளா? பாலுறவின்மீது விருப்பமற்றிருக்கும் ஒரு பெண்ணின் நடவடிக்கைகளை அவளுடைய தனித்தன்மை என்பதாகப் புரிந்துகொள்ளும் இளமைதான் எத்தனை கொடுமையானது.

"நாம் ஓப்பியம் புகைக்கலாம் என்பதாக நீ உறுதியளித்தாய்" என்றாள் திருமதி. கார்ட்டர்.

"இங்கே வேண்டாம், அன்பே. சைகானுக்குப் போவோம். புகைப்பது இங்கே தடை செய்யப்பட்டிருக்கிறது."

"எத்தனை சம்பிரதாயமானவனாக இருக்கிறாய்."

"அங்குதான் மிகவும் அசுத்தமான கூலிகளின் வாழ்விடங்கள் இருக்கும். கவனத்தை ஈர்ப்பவளாக நீ தோன்றுவாய். அவர்கள் உன்னை வெறித்துப் பார்ப்பார்கள்." அவன் தனது துருப்புச்சீட்டைப் பயன்படுத்தினான். "அங்கு கரப்பான்களும் இருக்கும்."

"நான் என் கணவனோடு வராமல் இருந்திருந்தால் வெகுஅதிகமான நிகழ்வுகளுக்கு என்னை அழைத்துப்போகும்படி இருக்கும்."

அவன் நம்பிக்கையாக முயன்றான், "உடைகளைக் களையும் ஜப்பானியப் பெண்கள்..." ஆனால் அவர்களை அவள் முன்னமே அறிந்திருந்தாள். "உள்ளாடைகளில் திரியும் அவலட்சணப் பெண்கள்". அவனுடைய எரிச்சல் அதிகமானது. தனது குற்றவுணர்ச்சியை மட்டுப்படுத்த அவளை தன்னோடு அழைத்துவருவதற்கென செலவிட்ட பணத்தை எண்ணிக்கொண்டான் - அவன் பலமுறை அவளை விடுத்து வெளிநாடுகளுக்குப் பயணம் செய்திருக்கிறான் - என்றாலும் விருப்பமில்லாத பெண்ணோடு பிரயாணிப்பதைப்போல உற்சாகத்தைக் குறைக்கும் விசயம் வேறேதுமில்லை. அவன் அமைதியாகத் தனது காபியைப் பருக முற்பட்டான்: கோப்பையின் முனையைக் கடித்து விழுங்கிட விருப்பம்கொண்டவனாயிருந்தான்.

"நீ உனது காபியை சிந்திவிட்டாய்" என்றாள், திருமதி. கார்ட்டர்.

"மன்னித்துக் கொள்" என்றவன் எழுந்துகொண்டான். "போகட்டும். நான் ஏதாவது செய்ய முயற்சிக்கிறேன். இங்கேயே இரு" அவன் மேசையின்மேல் குனிந்தான். "நீ அதிர்ச்சியடையாமல் இருப்பது நல்லது" என்றான். "இது நிகழ வேண்டுமென்பது உன்னுடைய விருப்பம்."

"உண்மையில், அதிகம் அதிர்ச்சியடைவது நானில்லை என்றே நினைக்கிறேன்" என்றாள், திருமதி. கார்ட்டர்.

விடுதியை நீங்கி வெளியேறிய கார்ட்டர், நீண்டசாலையை நோக்கி நடக்கத் தொடங்கினான். சிறுவனொருவன் அவனை நெருங்கி நடந்தபடி கேட்டான். "இளம்பெண்கள்?"

"எனக்கான பெண் என்னோடு இருக்கிறாள்" வருந்தியவனாகச் சொன்னான் கார்ட்டர்.

"சிறுவன்?"

"வேண்டாம், நன்றி."

"ஃப்ரென்ச் திரைப்படங்கள்?"

கார்ட்டர் நின்றான். "எவ்வளவு?"

வெளிச்சம் மங்கிய சாலையின் ஓரமாக நின்றபடி சிறிதுநேரம் அவர்கள் பேரம் பேசினார்கள். எப்படிப் பார்த்தபோதும் டாக்சி, வழிநடத்திச் செல்பவன், படங்கள் என எல்லாம் சேர்ந்து எட்டு பவுண்டுகள் ஆகலாம் என்றாலும் நிகழ்வுகள் வேண்டுமென மன்றாடும் அவள் உதடுகளை அமைதிகொள்ளச் செய்யுமாயின், அதற்கு இந்தத் தொகை தகுதியானதுதான் என்பதாக அவன் எண்ணினான். திருமதி. கார்ட்டரை அழைத்துவர திரும்பிச் சென்றான்.

வெகுநேரம் பயணம் செய்து, ஒரு கால்வாய்க்குமேல் இருந்த பாலத்தினருகே, இன்னதென்று நிச்சயம் செய்யவியலாத துர்நாற்றம் வீசிக்கொண்டிருந்த இருண்டவீதிக்கு, அவர்கள் வந்துசேர்ந்தார்கள். வழிநடத்துபவன் சொன்னான். "என்னைத் தொடர்ந்து வாருங்கள்."

கார்ட்டரின் கரத்துக்குள் தன் விரல்களைப் பொருத்திக்கொண்டாள் திருமதி. கார்ட்டர். "இது, பாதுகாப்பான இடம்தானா?" என வினவினாள்.

"நான் எப்படி அறிவேன்" என்றவனின் கரங்களும், அவள் விரல்களை இறுகப் பற்றியிருந்தன.

இருண்டிருந்த சாலையின்வழியே ஐம்பது தப்படிகள் நடந்தபின், அவர்கள் ஒரு மூங்கில்படல் ஓரமாக நின்றிருந்தார்கள். தரைத்தளம் வேயப்பட்ட சின்னதொரு முற்றத்துடன்கூடிய மர வீட்டுக்குள் அவர்கள் அனுமதிக்கப்பட்டார்கள். ஏதோவொன்று - பெரும்பாலும் மனித உயிர் - இருளுக்குள் கொசுவலையின் உள்ளாக திணிக்கப்பட்டுக் கிடந்தது. இரண்டு கனமான நாற்காலிகளும் அரசனின் உருவப்படமும் இருந்த சின்ன அடைசலான அறைக்குள் உரிமையாளர் அவர்களை அழைத்துச் சென்றார். நான்காக மடிக்கப்பட்ட பெரிய உருவப் புத்தகத்தின் அளவேயிருந்தது படம் காட்டும் திரை.

மசாஜ் செய்திடும் இரண்டு மஞ்சள்நிறப் பெண்களால் முதியவரொருவர் இளமையூட்டப்படுவதைக் காட்டிய முதல் படம் விசித்திரமாகவும் வசீகரமற்றதாகவும் இருந்தது. பெண்களின் தலையலங்காரத்திலிருந்து அந்தப் படம் இருபதுகளின் இறுதியில் எடுக்கப்பட்டிருக்க வேண்டும் என்பதாகப் புரிந்தது. வேகமாய்ச் சுழன்ற படம், 'க்ளிக்' எனும் சத்தத்தோடு முடிவுற்றபோது கார்ட்டரும் அவன் மனைவியும் சங்கடத்தோடு அமர்ந்திருந்தார்கள்.

"ஆக, இதைத்தான் நீலப்படம் என்பதாகச் சொல்கிறார்கள்" என்றாள், திருமதி. கார்ட்டர். "கிளர்ச்சி ஏதுமற்ற அருவருப்பைத் தரும் படம்."

இரண்டாவதாக ஒரு படம் தொடங்கியது.

இதில் சின்னதாகவொரு கதை இருந்தது. ஒரு இளைஞன் - அவன் அணிந்திருந்த பழங்காலத் தொப்பியின் காரணமாக முகத்தைப் பார்க்க முடியவில்லை - சாலையில் ஒரு பெண்ணைச் சந்தித்து அவளை அறைக்கு அழைத்துச் செல்கிறான். (மாமிசத்தை மூடும் உறையென அவளது நீண்ட தொப்பி அவளை அணைத்துக்கொண்டிருந்தது). நடிகர்கள் இளமையாக இருந்தனர்: இந்தப் படத்தில் சிறிது வசீகரமும் கிளர்ச்சியும் இருந்தது. அவள்

தன்னுடைய தொப்பியை நீக்கியபோது அம்முகம் தனக்குப் பரிச்சயமானது என்பதையும் கால் நூற்றாண்டாகத் தனக்குள் புதைந்துகிடக்கும் சில நினைவுகளை அது மீட்டெடுப்பதையும் கார்ட்டர் உணர்ந்தான். தொலைபேசியின்மீதாக தொங்கும் பொம்மை, இரட்டைக் கட்டிலின்மேல் ஒட்டப்பட்ட அந்தக் காலத்தைய அழகுப்பதுமையின் புகைப்படம். தன் உடைகளைக் களைந்த அந்தப் பெண், அவற்றை வெகுநேர்த்தியாக மடித்து வைத்தாள். சற்றே குனிந்து படுக்கையைச் சரிசெய்தபடி இளைஞனின் முன்பாகவும் புகைப்படக்கருவியின் முன்பாகவும் தன்னை முழுமையாக வெளிப்படுத்தினாள். அவன், தன் முகத்தை புகைப்படக் கருவியின் எதிர்புறம் திருப்பியிருந்தான். பின்பு அவன், தன் உடைகளைக் களைய அவள் உதவி செய்தாள். அப்போதுதான் அவனுக்கு நினைவுவந்தது - அந்தத் தோளில் இருந்த அடையாளம் அவனுடைய குறிப்பிட்டுச் சொல்லும்படியான விளையாட்டுத்தனத்தை உறுதி செய்தது.

திருமதி. கார்ட்டர், தன்னுடைய நாற்காலியில் நகர்ந்து அமர்ந்தாள். "இவர்கள் எப்படி நடிகர்களைத் தேர்ந்தெடுக்கிறார்கள் என்பது என்னை ஆச்சரியமூட்டுகிறது" என, கரகரத்த குரலில் சொன்னாள்.

"விலைமாது" என்றான் கார்ட்டர். "சிறுபிள்ளைத்தனமாக இருக்கிறதில்லையா? இங்கிருந்து போய்விடலாம் என உனக்குத் தோன்றுகிறதா?" அந்த இளைஞன் முகத்தை திருப்புவதற்காகக் காத்திருந்தவளை அவன் அவசரப்படுத்தினான். படுக்கையின்மீதாக மண்டியிட்டிருந்தவள் இளைஞனுடைய இடையை அணைத்திருந்தாள் - சொல்வதானால் அவளுக்கு இருபது வயதுக்குமேல் இருக்காது. இல்லை; அவன் கணக்கிட்டான்; இருபத்து ஒன்று.

"நாம் தாமதிப்போம்" என்றாள் திருமதி. கார்ட்டர். "நாம் பணம் கொடுத்திருக்கிறோம்." உலர்ந்து, உஷ்ணமாகியிருந்த தனது கரத்தை அவனுடைய முழங்காலின்மீது வைத்தாள்.

"இதைக்காட்டிலும் நல்லதொரு இடத்தை நாம் கண்டுபிடிக்கமுடியுமென நம்புகிறேன்."

"இல்லை"

இளைஞன் படுக்கையில் சாய்ந்திருக்க, அந்தப் பெண் சற்றே அவனை விலகினாள். எதிர்பாராத விபத்தைப்போல நொடிநேரம் அவன் புகைப்படக் கருவியைப் பார்த்தான். முழங்காலைப் பற்றியிருந்த திருமதி. கார்ட்டரின் கரம் நடுங்கியது. "கடவுளே!" என அலறினாள். "அது.. அது.. நீ.."

"அது நான்தான்" என்றான் கார்ட்டர். "முப்பது வருடங்களுக்குமுன்பாக." அந்தப் பெண் மீண்டும் படுக்கைக்குள் நுழைந்திருந்தாள்.

"அருவெறுப்பாய் இருக்கிறது" என்றாள் திருமதி. கார்ட்டர்.

"அத்தனை அருவெறுப்பானதாக நான் இதை எண்ணவில்லை" எனப் பதிலளித்தான் கார்ட்டர்.

"நீ மிகுந்த மகிழ்ச்சியாக இருந்திருப்பாய் என நினைக்கிறேன், இருவருமே..."

"இல்லை, அது அப்படி நடக்கவில்லை."

"ஏன், இவ்வாறு செய்தாய்? என்னால் உன்னைப் பார்க்கவே முடியவில்லை. துயரமாக இருக்கிறது."

"நான் உன்னைப் போய்விடலாம் என அழைத்தேன்."

"அவர்கள் உனக்குப் பணம் தந்தார்களா?"

"அவளுக்குத் தந்தார்கள். ஐம்பது பவுண்டுகள். அது அப்பொழுது அவளுக்கு மிகுந்த தேவையாக இருந்தது."

"அப்படியானால், நீ பணமேதும் பெற்றுக்கொள்ளாமல் மகிழ்ச்சியாக இருந்தாய்?"

"ஆம்"

"நான் இதை அறிந்திருந்தால் உன்னை மணம் செய்திருக்கமாட்டேன், நிச்சயமாக."

"நம் திருமணம் வெகுகாலத்திற்குப் பின்பாக நடந்தது."

"ஏன் என்னும் காரணத்தை நீ இன்னும் சொல்லவில்லை. உன்னிடம் எந்த சமாதானமும் இல்லையா?" அவள் நிறுத்தினாள். கிட்டத்தட்ட கால் நூற்றாண்டுக்குமுன்பான கலவியின்

உச்சகட்டம் தந்த கிளர்ச்சியை, தன்னைத் தொலைத்தவளாக, சற்றே முன்னால் குனிந்தபடி அவள் பார்த்துக் கொண்டிருந்ததை அவன் அறிவான்.

"என்னால் அவளுக்கு உதவி செய்யமுடிந்த ஒரேவழி இதுதான்" என்றான் கார்ட்டர். "இதற்குமுன்பு அவள் இப்படி நடித்ததில்லை. அவளுக்கு ஒரு நண்பனுடைய உதவி தேவையாயிருந்தது."

"நண்பன்?" என்றாள் திருமதி. கார்ட்டர்.

"நான் அவளை நேசித்தேன்."

"ஒரு விலைமகளை நீ நேசித்திருக்க முடியாது."

"முடியும், கண்டிப்பாக முடியும். அவ்வாறு இருக்கமுடியாது எனத் தவறாக எண்ணாதே."

"அவளை அடைந்திட நீ வரிசையில் காத்திருந்தாய் என நினைக்கிறேன்."

"என்னை மிகவும் கொச்சைப்படுத்துகிறாய்" என்றான், கார்ட்டர்.

"அவளுக்கு என்ன நேர்ந்தது?"

"மாயமாக மறைந்துபோனாள். அவர்கள் எப்போதும் மாயமாக மறைந்து போகிறார்கள்."

அந்தப் பெண், இளைஞனின் உடல்மீதாக சாய்ந்து விளக்கை அணைத்தாள். படம் முடிந்துபோனது. "புதிய படங்கள் அடுத்த வாரம் வரவிருக்கின்றன" எனக் குனிந்து வணங்கியபடி, சயாமீஸ் மனிதன் சொன்னான். வழிநடத்துபவனைத் தொடர்ந்து, இருண்ட வீதியினூடாக அவர்கள் டாக்ஸியை வந்தடைந்தார்கள்.

டாக்ஸிக்குள் திருமதி. கார்ட்டர் கேட்டாள்: "அவளுடைய பெயர் என்ன?"

"எனக்கு நினைவில்லை." பொய் சொல்வது எளிதாயிருந்தது.

அவர்களுடைய வாகனம் மீண்டும் பிரதான சாலையை வந்தடைந்தபோது அவள், தன் கசப்பான மவுனத்தைக் கலைத்தாள்.

"உன்னால் எப்படி இதில் ஈடுபட முடிந்தது? இது மிகவும் அவமானத்துக்குரிய விசயம், உன்னை அறிந்தவர்கள் யாரேனும்-தொழில்ரீதியாக-பார்த்திருந்தால் என்ன ஆகும்?"

"இவற்றைப் பார்ப்பதுகுறித்து மனிதர்கள் பேசுவதில்லை. மேலும் அந்நாட்களில் எந்தத் தொழிலிலும் நானில்லை."

"நீ கவலைகொள்ளவே இல்லையா?"

"கடந்த முப்பது வருடங்களில் ஒருமுறைகூட இதுபற்றி எண்ணியதாக எனக்கு நினைவில்லை."

"எத்தனை நாட்களாக அவளை உனக்குத் தெரியும்?"

"பனிரெண்டு மாதங்கள், அதிகபட்சம்."

"இப்போது அவள் உயிரோடிருந்தால் வெகுபயங்கரமாகத் தோற்றமளிக்கக் கூடும். சொல்வதானால், அப்போதும் - அவள் சாதாரணமாகத்தான் இருந்திருக்கிறாள்."

"அவள் மிகுந்த அழகுடையவளாக இருந்தாள் என்றே நம்புகிறேன்" என்றான் கார்ட்டர்.

அவர்கள் அமைதியாக மாடியேறிப் போனார்கள். நேராக குளியலறைக்குச் சென்றவன், கதவை தாழிட்டுக் கொண்டான். விளக்கையும் நீர் நிரம்பியிருந்த தொட்டியையும் கொசுக்கள் மொய்த்தபடியிருந்தன. உடைகளைக் களைந்தபடியே தனது உடம்பை ஆடியில் கண்டான்; முப்பது வருடங்கள் எனும் காலம் அவன்மீது இரக்கம் கொண்டிருக்கவில்லை; அவனால் தனது உடலின் பருமனையும் நடுத்தர வயதையும் உணரமுடிந்தது. அவள் இறந்திருக்கவேண்டுமென இறைவனை வேண்டுவதாகச் சொல்லிக்கொண்டான்: 'கடவுளே, தயவுசெய்து, அவள் இறந்திருக்கட்டும்!' அவன் மீண்டும் அறைக்குள் நுழையும்போது அவளுடைய நிந்தனைகள் ஆரம்பிக்கக்கூடும்.

ஆனால் அவன் திரும்பிவந்தபோது திருமதி. கார்ட்டர் ஆடியின்முன்பாக நின்றிருந்தாள். அவளுடைய உடைகள் கலைந்திருந்தன. நிர்வாணமான அவளது நீண்டு மெலிந்த கால்கள் மீனுக்கெனக் காத்திருக்கும் நாரையை ஒத்திருந்தன. நெருங்கி வந்து, தன்னுடைய கரங்களால் அவனை வளைத்துக் கொண்டாள். முழங்கையின்மேலிருந்த வளையல் அவன்

தோளில் மோதியது. "நீ எத்தனை அழகாயிருந்தாய் என்பதை நான் மறந்துவிட்டேன்."

"மன்னித்துக் கொள். மனிதர்கள் மாறக்கூடியவர்கள்."

"நான் அதைச் சொல்லவில்லை. நீ இப்போது எப்படி இருக்கிறாயோ அப்படியே உன்னை நேசிக்கிறேன்."

தேகம் உலர்ந்து, உஷ்ணம்கூடியவளாக உறவின்போது மிகுந்த ஈடுபாட்டுடன் செயல்பட்டாள். "இன்னும் இன்னும்" என, அரற்றியவளின் குரல் சினம்கொண்ட, காயம்பட்ட பறவையின் குரலைப்போலிருந்தது. "இவ்வாறு நாம் உறவு கொண்டு பல காலங்கள் ஆகின்றன" என்று சொல்லிக்கொண்டாள். மேலும் வெகுநேரம் நீடித்ததாகத் தோன்றிய அந்த அரை மணிநேரம் முழுமையும் அவனுக்கு ஆதரவாகத் தொடர்ந்து பேசியபடியிருந்தாள். ஏகாந்தமும் குற்றவுணர்வும் உந்தித்தள்ள கார்ட்டர், இருளுக்குள் அமைதியாகக் கிடந்தான். தான் மிகவும் உண்மையாக நேசித்த பெண்ணுக்கு அந்த இரவில் தான் துரோகமிழைத்ததாக அவனுக்குத் தோன்றியது.

- மலைகள்.காம்

■■■

டோனி மாரிசன் (அமெரிக்கா)
Toni Morrison (1931)

அமெரிக்காவைச் சேர்ந்த நாவலாசிரியை. கறுப்பினப் பெண்களின் வாழ்கையை அடிப்படையாகக் கொண்டவை இவருடைய நாவல்கள். அமெரிக்காவில் கடந்த 25 ஆண்டுகளில் வெளியான மிக முக்கியமான நாவல் என்பதாக இவருடைய *"Beloved"* கொண்டாடப்படுகிறது. 1988இல் புலிட்சர் பரிசும் 1993இல் நோபல் பரிசும் வழங்கப்பட்டிருக்கிறது. வெகு சமீபத்தில் 2012 ஆம் வருடம் அமெரிக்க ஜனாதிபதியின் சுதந்திரப் பதக்க விருது *(Presidential Medal of Freedom)* மாரிசனுக்கு வழங்கப்பட்டுள்ளது. இவர் எழுதி வெளியான ஒரே சிறுகதை *"Recitatatif"* இருவேறு இனங்களைச் சேர்ந்த தோழிகளின் வாழ்வைப் பேசுகிறது.

வசன கவிதை

டோனி மாரிசன்

ராபெர்டாவின் அம்மா நோயுற்றிருந்தாள். எனது அம்மா இரவெல்லாம் நடனமாடியபடி இருந்தாள். ஆகவே, நாங்கள் செயிண்ட் போனிஸுக்கு அழைத்துச் செல்லப்பட்டோம். நீங்கள் காப்பகத்தில் இருந்ததாகச் சொல்லுகையில், மற்றவர்கள் உங்களை ஆதரவாய் அணைத்துக்கொள்ள விழைவார்கள். ஆனால் அது அத்தனை மோசமான விசயமில்லை. பெல்லிவ்யூ போல நூறு படுக்கைகள்கொண்ட, நீண்ட பெரிய அறையாக இல்லை. ஒரு அறைக்கு நான்குபேர் என்பதாக இருந்தது, நானும் ராபெர்டாவும் வந்தபோது அங்கிருந்த மேற்றிசைப் பிள்ளைகளின் எண்ணிக்கை வெகு குறைவு. ஆகவே, அறை எண்.406இல் நாங்களிருவர் மட்டும் அனுமதிக்கப்பட்டோம், விரும்பும் எந்தவொரு படுக்கையையும் தெரிவு செய்துகொள்ள முடிந்தது. அது எங்களுக்குப் பிடித்திருந்தது. அங்கிருந்த நான்கு மாதங்களும் நாங்கள் படுக்கைகளை மாற்றியபடி இருந்தோம், மேலும் இதுதான் நம்முடையது என நிரந்தரமாக ஒருபோதும் எண்ணியதில்லை.

அது அப்படி ஆரம்பமாகவில்லை, நான் உள்ளே நுழைந்து பிக் போசோ என்னை அறிமுகம் செய்துவைத்த தருணத்தில் வெகு அசௌகரியமாக உணர்ந்தேன். அதிகாலை படுக்கையிலிருந்து எழவேண்டியது ஒருபுறம் - முற்றிலும் மாறுபட்ட வேற்றினப் பெண்ணோடு அந்நியமானதொரு இடத்தில் சிக்கிக்கொண்டிருப்பது இன்னும் கடினமாயிருந்தது. மேரி, எனது அம்மா, சொன்னது சரியாகவே இருந்தது. தான் நடனமாடுகையில் சற்றே தாமதித்து சில முக்கியமான விசயங்களை என்னோடு பகிர்ந்துகொள்வாள். அப்படி, அவள் சொன்னதில் எப்போதும் அவர்கள் குளிப்பதில்லை என்பதும் அவர்களின்மீது வினோதமான துர்நாற்றம்

வீசும் என்பதும் இருந்தது. ராபெர்டா அப்படித்தான் இருந்தாள். அதாவது, அவளிடமிருந்து விசித்திரமான துர்நாற்றம் வீசியது. எனவே, பிக் போசோ (யாரும் அவளை ஒருபோதும் திருமதி.இட்கின் என அழைப்பதில்லை, யாரும் எப்போதும் செயிண்ட் போனவென்ச்சர் என முழுமையாக அழைத்ததில்லை என்பதைப் போல) - "ட்வைலா, இது ராபெர்டா. ராபெர்டா, இது ட்வைலா. இருவரும் அறிமுகம் செய்துகொள்ளுங்கள்" என்றபோது, "எனதம்மா நான் இங்கிருப்பதை விரும்பமாட்டாள்" என்றேன்.

"நல்லது" என்றாள் போசோ. "அப்படியானால் அவள் வந்து உன்னை வீட்டுக்கு அழைத்துப் போகட்டும்"

இதைக்காட்டிலும் யாரும் என்னை இழிவுபடுத்த முடியுமா? ராபெர்டா சிரித்திருந்தால் நான் அவளைக் கொன்றிருப்பேன். ஆனால் அவள் அப்படிச் செய்யவில்லை, ஜன்னலின் அருகே சென்று திரும்பி நின்றாள்.

"திரும்புங்கள்" என்றாள் போசோ. "அநாகரிகமாக நடந்துகொள்ளாதீர்கள். இப்பொழுது. ட்வைலா, ராபெர்டா. மணி நீண்டு ஒலிப்பது இரவு உணவுக்கான அழைப்பு. முதல் தளத்துக்கு வந்துசேருங்கள். இதற்குப்பிறகும் சண்டையிட்டால் நீங்கள் திரைப்படம் பார்ப்பதை இழக்கநேரிடும்". பின்பும், நாங்கள் இழக்கக்கூடியதை மீண்டும் அழுத்திச் சொன்னாள். "தி விசர்ட் ஆஃப் ஓஸ்".

காப்பகத்தில் விடப்பட்டதற்காக எனது அம்மா கோபித்துக்கொள்வாள் என நான் சொன்னதாக ராபெர்டா நினைத்திருக்கவேண்டும். அவளோடு தங்க நேர்ந்ததற்காக அல்ல, ஏனெனில் போசோ, அறையிலிருந்து வெளியேறியவுடன் அவள் என்னை நெருங்கிவந்து கேட்டாள், "உன்னுடைய அம்மாவும் நோயுற்றிருக்கிறாளா?"

"இல்லை", என்றேன். "அவள் இரவு முழுவதும் நடனமாட விரும்புகிறாள்"

"ஓ" என்றபடி தலையை ஆட்டிக்கொண்டாள். வெகுவிரைவாக நான் சொன்னதை அவள் புரிந்துகொண்டது மகிழ்ச்சியாயிருந்தது. அத்தருணத்தில் நாங்களிருவரும் எலியும் பூனையுமாய் நின்றது பெரிதாய்த் தோன்றவில்லை. பின்னாட்களில்

மற்ற பெண்கள் சிலசமயங்களில் எங்களை அப்படித்தான் அழைத்தார்கள். நாங்கள் எட்டு வயது நிரம்பியவர்களாக இருந்தோம், எப்போதும் மதிப்பெண்களில் எஃப் தகுதி பெற்றுத் தோல்வியடைபவர்களாகவும் இருந்தோம். எனக்கு வாசிப்பதும் ஆசிரியர் சொல்லியதும் நினைவில் தங்கவில்லை என்பது காரணமாயிருந்தது. ராபெர்டாவால் வாசிக்கவே முடியவில்லை என்பதோடு அவளெப்போதும் ஆசிரியரின் குரலுக்கு செவி சாய்த்ததும் கிடையாது. ஜாக்ஸ் ஆட்டத்தைத் தவிர்த்து அவளுக்கு வேறெதுவும் சரிவரவில்லை; அதில் அவள் மிகுந்த திறமைகொண்டிருந்தாள்; பௌ ஸ்கூப் பௌ ஸ்கூப் பௌ ஸ்கூப்.

ஆரம்பத்தில், நாங்களிருவரும் ஒருவர்மீது மற்றவர் அத்தனை நேசம் கொண்டிருக்கவில்லை, ஆனால் இறந்து வானில் வசித்த அழகிய பெற்றோர் கொண்ட உண்மையான அநாதைகளில்லை நாங்கள் என்பதால், யாருக்கும் எங்களோடு விளையாட விருப்பமில்லை. நாங்கள் ஒதுக்கப்பட்டோம். நியூயார்க் நகர பியூர்டோ ரிக்கன்களும் கிழக்கிந்தியர்களும்கூட எங்களை வெறுத்தார்கள். கறுப்பர், வெள்ளையர் என எல்லாவிதமான பிள்ளைகளும் அங்கிருந்தார்கள், இரு கொரியப்பிள்ளைகள்கூட. உணவும் நன்றாகயிருந்தது, அல்லது நான் மட்டுமாவது அப்படி நம்பினேன். ராபெர்டா, அந்த உணவை வெறுத்தாள், எப்போதும் தனது தட்டில் பெரும்பான்மை உணவை மீதம் வைத்தாள்; ஸ்பாம், சாலிஸ்பரி ஸ்டீக் - பழங்களின் காக்டெயில் நிரம்பிய ஜெல்லோவையும்கூட, அத்தோடு, தன்னால் உண்ணவியலாதவொன்றை நான் விரும்பியுண்டேன் என்றபோதும் அவள் கவலைப்பட்டாளில்லை. பாப்கார்னும் யூ-ஹூ நிரம்பிய கேனுமே மேரியின் இரவு உணவுக்கான ஆயத்தம். எனவே, நன்கு வறுக்கப்பட்ட உருளைகளும் இரண்டு வீனீக்களுமென்பது எனக்கு தேவாமிர்தமாய் இருந்தது.

செயிண்ட் போனிஸ் அத்தனை மோசமான இடமில்லை. இரண்டாம் தளத்திலிருந்த பெரிய பெண்கள் அவ்வப்போது எங்களிடம் வம்பு செய்தார்கள், அவ்வளவுதான். உதட்டுச்சாயமும் கண் மையும் அப்பிக்கொள்ளும் அந்தப் பெண்கள், தொலைக்காட்சியின் முன்பாக அமர்ந்திருக்கையில் தங்கள் கால்களை ஆட்டியபடி இருப்பார்கள். அவர்களில் சிலருக்கு வயது பதினைந்து அல்லது பதினாறு இருக்கக்கூடும். பெரும்பாலானோர் வீட்டைவிட்டுத் துரத்தப்பட்டவர்கள்,

பயத்தினால் வெளியேறிவந்தவர்கள். தங்களுடைய சொந்தங்களை எதிர்த்து ஏதும் செய்யவியலாத அந்தப் பாவப்பட்ட ஜீவன்கள், எங்களிடம் மிகக்கடுமையாகவும் சிறுபிள்ளைத்தனமாகவும் நடந்து கொண்டார்கள். அவர்களின் நடத்தை மிகத் தாழ்ந்ததாயிருந்தது. சிறுபிள்ளைகளிடமிருந்து அவர்களைப் பிரித்துவைக்க காப்பகத்தில் இருந்தவர்கள் பெரிதும் முயலுவார்கள், என்றாலும் சில நேரங்களில் பழத்தோட்டத்தின் நடுவே பாடல்கள் கேட்டபடி அவர்கள் நடனமாடுவதை வேடிக்கை பார்த்துக்கொண்டிருக்கும் எங்களைப் பிடித்துக்கொள்வார்கள். துரத்தி வந்து கேசத்தைப் பிடித்திழுத்து கைகளை திருகுவார்கள். அவர்களைக் கண்டு நானும் ராபெர்டாவும் பயம் கொண்டிருந்தோம், ஆனால் ஒருவரது பீதியை மற்றவர் அறிந்திடக்கூடாது என்பதில் கவனமாயிருந்தோம். எனவே, பழத்தோட்டத்தின் வழியாகச் செல்லும்போது கத்திவிட்டு ஓடுவதற்காகவே நாங்கள் வெறுத்த பெண்களின் பெயர்களைக்கொண்ட பட்டியலைத் தயாரித்தோம். நான் அதிகம் கனவுகள் காணுகிறவளாக இருந்தேன், என் அனைத்துக் கனவிலும் பழத்தோட்டம் இருக்கும். இரண்டு ஏக்கர்கள் முழுக்க, நான்காகக்கூட இருக்கலாம், ஆப்பிள் மரங்கள். நூற்றுக்கணக்கில். நான் செயிண்ட் போனிஸுக்கு முதன்முதலாக வந்தபோது பிச்சை எடுப்பவரைப் போல ஏதுமற்றதாகவும் உருக்குலைந்தும் கிடந்தது, ஆனால் நான் அங்கிருந்து வெளியெறிய காலங்களின் கனவுகளில் மலர்களாய்ப் பூத்துக் குலுங்கியது. ஏன் அந்தத் தோட்டத்தைப்பற்றி இத்தனை கனவுகள் எனக்கு வந்ததெனத் தெரியவில்லை. சொல்லும்படியாக எதுவும் அங்கு நிகழவுமில்லை. முக்கியமெனச் சொல்லும்படியாக, என்பதைக் குறிப்பிட விரும்புகிறேன். பெரிய பிள்ளைகள் மட்டும் வானொலியை ஒலிக்கச் செய்தபடி நடனமாடிக் கொண்டிருப்பார்கள். நானும் ராபெர்டாவும் பார்த்தபடி நின்றிருப்போம். ஒருமுறை மேகி கீழே விழுந்துவிட்டாள். வளைந்த அடைப்புக்குறிகள்போல கால்களையுடைய சமையல் பெண். பெரிய பிள்ளைகள் அவளைப் பார்த்து நகைத்தார்கள். நாங்கள் அவளுக்கு உதவியிருக்க வேண்டுமென நானறிவேன், ஆனால் உதட்டுச்சாயமும் கண் மையும் அப்பியிருந்த பெண்களைக் கண்டு நாங்கள் அஞ்சினோம். மேகியால் பேசவியலாது. அவளுடைய நாக்கு துண்டிக்கப்பட்டதாக மற்ற பிள்ளைகள் சொன்னார்கள், ஆனால் அவள் பிறப்பிலேயே அப்படித்தான்

என நான் நினைத்தேன் - ஊமையென. மணல் நிறத்தினளாகவும் வயது முதிர்ந்தவளாகவும் இருந்தவள் சமையலறையில் பணி செய்துவந்தாள். அவள் நல்லவளா என்று எனக்குத் தெரியாது. அவளுடைய கால்கள் வளைந்திருந்தன என்பதும், நடக்கையில் அவள் எப்படி அசைந்தாடிப் போவாள் என்பதும் மட்டுமே எனக்கு நினைவிருக்கிறது. அவள் அதிகாலை தொடங்கி இரண்டு மணிவரை வேலை பார்ப்பாள், சிலநேரங்களில் சுத்தம்செய்யும் பணி தாமதமானால், இரண்டேகால் மணி வரை அவளால் வெளியேறமுடியாத சூழலில், தனது பேருந்தை தவறவிடக்கூடாது என்பதற்காக பழத்தோட்டத்தின் வழியாக விரைந்துசெல்வாள். இல்லையெனில் அவள் மேலும் ஒரு மணிநேரம் காத்திருக்கும்படி ஆகும். பார்க்கச் சகிக்காத சின்னதொரு தொப்பியை அவள் அணிந்திருப்பாள் - காது மடல்களுடைய அலங்கரிக்கப்பட்ட குழந்தைகளுக்கான தொப்பி - மேலும் அவள் எங்களைக் காட்டிலும் உயரம் கிடையாது. வெகு அவலட்சணமான தொப்பி. குழந்தைபோல உடையணிவதும் எப்போதும் ஏதும் பேசாதிருப்பதும், ஊமை என்றானதாலும் வெகு அசிங்கமாயிருந்தது.

ஆனால் யாரேனும் அவளைக் கொலைசெய்ய முயன்றால் என்னவாகும்? நான் அதையெண்ணி வியப்பேன். "அல்லது அவள் அழ விரும்பினால்? அவளால் அழவியலுமா?"

"கண்டிப்பாக" என்றாள் ராபெர்டா. "ஆனால் கண்ணீர் மாத்திரமே. சத்தம் ஏதும் வராது."

"அவளால் அலறவியலாதா?"

"இல்லை. எதுவும் முடியாது"

"அவளால் கேட்கமுடியுமா?"

"முடியுமென நினைக்கிறேன்"

"நாம் அவளை அழைத்துப் பார்க்கலாம்" என்றேன். நாங்கள் அவளை அழைத்தோம்.

"ஊமையே! ஊமையே" அவள், தனது தலையைத் திருப்பவில்லை.

“வளைந்த கால்கள், வளைந்த கால்கள்” எதிர்வினை ஏதுமில்லை. சிறுபிள்ளைகள் அணியும் தொப்பியின் கயிறுகள் இங்குமங்குமாட, அவள் வழக்கம்போல அசைந்தாடிச் சென்றாள். நாங்கள் தவறாகப் புரிந்து கொண்டதாக நினைத்தேன். அவளால் கேட்கமுடிந்தாலும் வெளிக்காட்ட விரும்பவில்லை என நம்பினேன். இப்படியான பெயர்களால் சிலர் தன்னை அழைக்கிறார்கள் எனத் தெரிந்தும் அவளால் அதுகுறித்து பேசமுடியவில்லை என்பதை நான் இப்போது நினைத்தாலும் வருத்தமாக இருக்கிறது.

எங்களால் ஒத்துப்போக முடிந்தது, நானும் ராபெர்டாவும். ஒவ்வொரு இரவும் படுக்கைகளை மாற்றினோம், சிவிக்ஸ் வகுப்பிலும் ஜிம்மிலும் தொடர்புத்திறன் வகுப்பிலும் எஃப் வாங்கித் தோற்றோம். எங்களால் ஏமாற்றமாய் உணருவதாக போசோ சொன்னாள். அங்கிருந்த 130 பிள்ளைகளில் 90 பேருக்கு வயது பனிரெண்டுக்கும்கீழே. கிட்டத்தட்ட அங்கிருந்த அனைவரும் உண்மையிலேயே அனாதைகள், அவர்களின் அழகிய பெற்றவர்கள் இறந்து வானத்தில் வசித்து வந்தார்கள். நாங்கள் மட்டும் தனித்துவிடப்பட்டவர்களாக, ஜிம் உட்பட மூன்று பாடங்களில் தோற்றுப்போயிருந்தோம். எனவே, எங்களுக்குள் எளிதாய் ஒத்துப்போனது - அவள் மிகுந்த அளவில் உணவை, தனது தட்டில் மீதம்வைத்தபோதும் கேள்விகள் ஏதும் கேட்காமல் நல்லபிள்ளையாக இருந்தபடியால்.

மேகி, கீழே விழுந்ததற்கு முந்தைய தினம் என எண்ணுகிறேன், ஒரு ஞாயிற்றுக்கிழமையில் எங்களிருவரின் அம்மாக்களும் எங்களைச் சந்திக்க வருவதாயிருந்தது. நாங்கள் காப்பகத்திலிருந்த இருபத்தெட்டு நாட்களில் (ராபெர்டா - 28லு நாட்கள்) அவர்கள் வருவது இதுதான் முதல் தடவை. மிகச்சரியாக பத்து மணிக்கு பிரார்த்தனைக் கூடத்துக்கு அவர்கள் வந்துசேர்வார்கள், பின்பு ஆசிரியர்களுக்கான ஓய்வறையில் எங்களோடு மதிய உணவு உண்பதாக ஏற்பாடு. நடனமாடும் எனது அம்மா, நோய்வாய்ப்பட்ட அவளுடைய அம்மாவைச் சந்திப்பது அவளுக்கு உதவிசெய்யும் என எண்ணினேன். அதுபோலவே ராபெர்டாவும், நோய்வாய்ப்பட்ட தனது அம்மா நடனமாடுபவளிடமிருந்து அதிகம் அறிந்துகொள்ள முடியுமென நம்பினாள். சந்திப்புக்காக மிகுந்த எதிர்பார்ப்போடு இருந்தோம். இருவரும் தலைவாரிக் கொண்டோம். காலையுணவை முடித்தபின்பு ஜன்னல்வழியாக சாலையைப் பார்த்தபடி

படுக்கையின்மீது அமர்ந்திருந்தோம். ராபெர்டாவின் காலுறைகள் ஈரமாயிருந்தன. முந்தைய தினம்தான் அதைத் துவைத்து ரேடியேட்டரின்மீது காயப்போட்டிருந்தாள். அவை காயவில்லை, என்றாலும் இளஞ்சிவப்பு நிறத்தில் மின்னிய அதன் மேல்பகுதி அழகாயிருந்ததால் அணிந்திருந்தாள். ஊதாநிறத்தில் ஆளுக்கொரு பையினை வைத்திருந்தோம் - கைவினை வகுப்புகளில் நாங்களே தயார் செய்திட்ட காகிதக்கூடைகளோடு காத்திருந்தோம். எனது கூடையில் மஞ்சள் நிறத்தில் முயலின் சித்திரம் தீட்டப்பட்டிருந்தது. ராபெர்டாவினுடையதில் பல வர்ணத்தில் வட்டங்களும் கோடுகளும் வரையப்பட்டிருந்தன. எனக்குத் தரப்பட்டிருந்த இரண்டு மார்ஷ்மெல்லோ முட்டைகளையும் நான் சாப்பிட்டு முடித்திருந்தேன். எனவே, கூடைக்குள் கொஞ்சமாக ஜெல்லி பீனும் அலங்காரமான செலபேன் கிராசும் மட்டும் மீதமிருந்தன. எங்களை அழைத்துச்செல்ல போசோவே நேரில் வந்தாள். நாங்கள் வெகுஅழகாக தோற்றமளிப்பதாகச் சிரித்தபடி சொன்னவள், எங்களைக் கீழே வரும்படி பணித்தாள். இதுவரை பார்த்திராத அந்த சிரிப்பைக் கண்டு நாங்கள் ஆச்சரியத்தில் மூழ்கினோம், நகராமல் நின்றிருந்தோம்.

“நீங்கள் உங்களுடைய அம்மாக்களைச் சந்திக்க விரும்பவில்லையா?”

முதலாவதாய் நான் எழுந்துகொள்ள ஜெல்லி பீன் தரையெங்கும் சிதறியது. மிகுந்த சிரமத்தோடு அவற்றை அள்ளியெடுத்து மீண்டும் கிராசுக்குள் நாங்கள் நிரப்புகையில் போசோவின் சிரிப்பு தொலைந்துபோனது.

மற்ற பெண்களெல்லாம் பிரார்த்தனைக்கூடத்துக்குச் செல்வதற்காக வரிசையில் காத்திருந்த முதல் தளத்துக்கு அவள் எங்களை வழிநடத்தினாள். வயதில் பெரியவர்களின் கூட்டம் ஒருபுறம். பெரும்பாலும் பார்வையாளர்கள். வேலையாட்களை ஏலமெடுக்க வந்த முதியவர்களும் பிள்ளைகளைத் தத்தெடுக்க வந்தவர்களும் நின்றிருந்தார்கள். ஒருசில வேளைகளில் வயதான மூதாட்டிகளும். இளம்வயதினராகவோ நம்மை பயம் கொள்ளச்செய்யும் முகங்கள் கொண்டிராதவராகவோ யாரும் வந்தது கிடையாது. ஏனெனில், உண்மையான அனாதைகள் எவருக்கும் இளமையான உறவினர்கள் இருப்பார்களெனில், அவர்கள் உண்மையில் அனாதைகள் கிடையாது. மேரியை நான் உடன் கண்டுகொண்டேன். நான் பெரிதும் வெறுத்த,

தளர்ந்த பச்சைநிறக் கால்சட்டையை அணிந்திருந்தாள். இப்போது இன்னும் அதிகமாக அதை வெறுத்தேன், நாங்கள் பிரார்த்தனைக்கூடத்துக்குப் போகவிருப்பதை அவள் அறியமாட்டாளா? மேலும் வெகுசிரமப்பட்டு தனது கைகளை பாக்கெட்டுகளி லிருந்து வெளியே இழுத்தெடுக்கும்படியாக அவள் அணிந்திருந்த கம்பளியினால் ஆன மேலாடை நசிந்துபோயிருந்தது. ஆனால் அவளது முகம் எப்போதும்போல பொலிவாயிருந்தது, சிரித்தபடி, என்னை நோக்கி கைகளை அசைத்தாள், தன் தாயைக் காணும் ஆவலுடன் காத்திருக்கும் சிறுமி அவள்தான் - நானல்ல, என்பதுபோல.

நான் மெதுவாக நடந்தேன். ஜெல்லி பீன்கள் சிந்தக்கூடாது எனும் எச்சரிக்கையோடும் காகிதக் கைப்பிடிகள் அவற்றைத் தாங்கும் என்கிற நம்பிக்கையோடும். காகிதக்கூடைக்கான எல்லாவற்றையும் நான் வெட்டி தயார்செய்து முடித்தபோது, பசையனைத்தும் தீர்ந்துபோன காரணத்தால் நான், எனது இறுதி சிக்லெட்டைப் பயன்படுத்தவேண்டியிருந்தது. என்னுடைய இடக்கை வழக்கத்தால் எப்போதும் கத்திரியை சரிவரப் பயன்படுத்த முடிந்ததில்லை. என்றாலும் அதைப்பற்றி கவலைப்படத் தேவையில்லை; எப்படியிருப்பினும் நான் அந்த கம்மை மென்று விழுங்கியிருப்பேன். மேரி முழங்காலிட்டு என்னை கட்டிக்கொண்டாள். காகிதக்கூடையும் உள்ளிருந்த ஜெல்லி பீனும் செலபேன் கிராசும் அவளுடைய நாற்றமடிக்கும் கம்பளி ஆடைக்குள் நசுங்கின.

“ட்வைலா, என் பிள்ளையே. ட்வைலா, என் பிள்ளையே!”

நான் அவளைக் கொன்றிருப்பேன். அடுத்தமுறை, பழத்தோட்டத்துக்குள் பெரிய பிள்ளைகள் என்னை எப்படி அழைப்பார்கள் என்பதைக் கேட்கமுடிந்தது. “ட்வைவைவவைலா.. என் பிள்ளையே!” ஆனால் லேடி எஸ்தரின் நறுமணப் பவுடரின் மணத்தோடு மேரி என்னை அணைத்துக்கொண்டபோது என்னால் வேறெதையும் சிந்திக்க முடியவில்லை. நாள்முழுதும் அவளது கம்பளி ஆடைக்குள் புதைந்துகிடக்க விரும்பினேன்.

உண்மையில், நான் ராபெர்டாவை மறந்திருந்தேன். நானும் மேரியும் பிரார்த்தனைக்கூடத்துக்குச் செல்லும் வரிசையில் நின்றுகொண்டோம். மிகவும் பெருமையாக

உணர்ந்தேன். அவளுடைய பின்புறத்தை வெகு விகாரமாக தோன்றச்செய்த பச்சைநிறக் கால்சராயை அணிந்தும் அவள் அத்தனை அழகாயிருந்தாள். இறந்து வானிலிருக்கும் மிகுந்த அழகான அம்மாவைக் காட்டிலும் பூமியில் வசிப்பவளைக் கொண்டிருப்பது நல்லது, அவள் உங்களை நீங்கி நடனமாடச் சென்றாலும்கூட.

யாரோ என் தோளைத் தட்டுவதை உணர்ந்தேன். திரும்புகையில் ராபெர்டா புன்னகையோடு நின்றிருந்தாள். நானும் புன்னகைத்தேன், ஆனால் இதுவே என் வாழ்வின் அதிஉன்னதச் சந்திப்பு என்பதாய் யாரும் உணர்ந்துவிடாமல் வெகு மென்மையாய்ப் புன்னகைத்தேன். பின்பாக, ராபெர்டா சொன்னாள்: "அம்மா, இவளென் அறையைப் பகிர்ந்துகொள்கிறவள், ட்வைலா. இது அவளின் அம்மா"

வெகுதொலைவென எண்ணும்படியாக நான் நிமிர்ந்து பார்க்கவேண்டியிருந்தது. அவள் பிரம்மாண்டமாக இருந்தாள். மார்பில் நான் இதுவரை பார்த்திராத அளவில் மிகப்பெரியதாக சிலுவையொன்று தொங்கியது. அகலத்தில் இருபுறமும் ஆறு அங்குலங்கள் இருக்குமென நான் சத்தியம் செய்வேன். மேலும் அவளது கைகளின் வளைவில், உலகில் இதுவரை அச்சடிக்கப்பட்டதிலேயே மிகப்பெரியதான பைபிளுமிருந்தது.

மேரி, எப்போதும்போல, எளிமையாக மெல்லச் சிரித்தவளாக - கைகுலுக்க என்று எண்ணினேன் - கிழிந்த சட்டைப்பைக்குள்ளிருந்து தன் கைகளை வெளியிலிடுக்க முற்பட்டாள். கீழே குனிந்து என்னை ஏறிட்ட ராபெர்டாவின் அம்மா பின்பாக மேரியையும் உற்றுநோக்கினாள். அவள் எதுவும் சொல்லவில்லை. பைபிளைப் பற்றியிருந்த கையால் ராபெர்டாவை இழுத்துக்கொண்டு வரிசையிலிருது வெளியேறி அதன் கடைசிக்கு வேகமாக நடந்துபோனாள். நடக்குமெதையும் உடன் புரிந்துகொள்ளும் சாமர்த்தியமற்ற மேரி இன்னும் புன்னகைத்தபடி நின்றிருந்தாள். பின்பாக அவள் மூளை நடந்ததை உணர்ந்திட "பெட்டை நாயே" என பிரார்த்தனைக்கூடம் முழுமையும் கேட்கும்படியாக அலறினாள். ஆர்கனிலிருந்து இசை வழிந்துகொண்டிருந்தது; போனிஸின் அழகிய தேவதைகள் இனிமையாகப் பாடிக் கொண்டிருந்தார்கள். உலகிலிருந்த அனைவரும் ஒருகணம், தங்கள் செயலை நிறுத்தி திரும்பிப் பார்த்தார்கள். நான் என்னால்

முடிந்தமட்டும் மேரியின் கைகளை அழுந்தப் பற்றியிருக்காவிடில் அவள் அதைத் தொடர்ச்சியாக செய்தபடி இருந்திருப்பாள் - தகாத வார்த்தைகளில் திட்டுவதை. அது சற்றே உதவியது என்றபோதும் பிரார்த்தனை நேரம் முழுவதும் தன்னியல்பில் இல்லாமல் பரிதவித்துக் கிடந்தாள். சொல்வதானால், இருமுறை தனக்குள்ளாக முனகவும் செய்தாள். இங்கு வந்து அவள் நல்லவிதமாக நடந்துகொள்வாள் என நான் ஏன் நம்பினேன்? தளர்ந்த கால்சட்டை. முதியவர் மற்றும் பார்வையாளரைப் போல தொப்பி அணிந்திருக்கவில்லை, என்றாலும் முனகியபடி இருந்தாள். பிரார்த்தனைப் பாடலுக்காக அனைவரும் எழுந்தபோதும் தனது உதடுகளை இறுக மூடிக்கொண்டாள். பாடல் புத்தகத்திலிருந்த வரிகளின்மீதாக பார்வையைச் செலுத்தவேயில்லை. தன்னுடைய பர்ஸிலிருந்து ஆடியை எடுத்து உதட்டுச்சாயத்தை சரிசெய்தாள். தான், கொலை செய்யப்பட வேண்டும் என விரும்பினாளாயிருக்கும் என்றே நினைத்தேன். பிரார்த்தனை ஒரு வருட காலம் நீண்டதாய் தோன்றியது, உண்மையான அனாதைகள் மீண்டும் கம்பீரமாக நிற்பதாய் உணர்ந்தேன்.

ஆசிரியர்களின் கூடத்தில் நாங்கள் மதிய உணவு உட்கொள்வதாக இருந்தது, ஆனால் மேரி எதையும் எடுத்து வந்திருக்கவில்லை, ஆகவே, வேகவைத்த ஜெல்லி பீன்களின் நடுவிலிருந்து செலபேன் கிராசையும் கம்பளியையும் எடுத்து உண்டோம். நான் அவளைக் கொன்றிருப்பேன். மெதுவாக ராபெர்டாவின் பக்கம் திரும்பினேன். அவளின் அம்மா கோழிக்கால்களும் ஹாம் சாண்ட்விச்சுகளும் ஆரஞ்சுகளும் ஒரு பெட்டி நிறைய சாக்லெட் கிரகாம்களும் எடுத்துவந்திருந்தாள். அவளது அம்மா, அவளுக்காக பைபிளை வாசித்துக்கொண்டிருக்கையில் ராபெர்டா, தெர்மாஸ் ஃபிளாஸ்கிலிருந்த பாலை அருந்தினாள்.

இங்கு எதுவும் சரியில்லை. தவறான உணவு எப்பொழுதும் தவறான மனிதர்களையே போய்ச் சேர்கிறது. ஒருவேளை, இதனால்தான் பிற்காலத்தில் நானொரு உணவகத்தில் பணியாளாய்ச் சேர நேர்ந்ததென நினைக்கிறேன் - சரியான உணவை உட்கொள்ளும், சரியான மனிதர்களோடு இணைந்துகொள்ள. ராபெர்டா, கோழிக்கால்களை அங்கேயே வைத்துவிட்டாள் என்றபோதும் சந்திப்பு முடிந்தபின் எனக்காக கைநிறைய கிரகாம்களை அள்ளிவந்து தந்தாள். அவளுடைய அம்மா, எனது அம்மாவின் கைகளைக் குலுக்காதது அவளையும்

வசன கவிதை | 49

பாதித்தது என்றே நினைக்கிறேன். எனக்கு அது நிறைவைத் தந்தது. மேலும் மேரி பிரார்த்தனையில் முனகியது குறித்தும் மதிய உணவு கொண்டுவராதது பற்றியும் அவள் ஒரு வார்த்தையும் பேசவில்லை என்பதையும் நான் ரசித்தேன்.

ஆப்பிள் மரங்கள் அபாரமாக பூக்கத் தொடங்கிய மே மாதத்தில் ராபெர்டா கிளம்பினாள். காப்பகத்தில் அவளுடைய இறுதிநாளன்று பழத் தோட்டத்தில் பெரிய பெண்கள் புகைத்தபடி நடனமாடுவதைக் காண நாங்கள் சென்றிருந்தோம். "ட்வைவைவைவைலா.. என் பிள்ளையே" என்று அவர்கள் சத்தமிட்டதை கண்டுகொள்ளவில்லை. அமைதியாக தரையில் அமர்ந்தோம். வாசனைகளை நுகர்ந்தோம். லேடி எஸ்தர். ஆப்பிள்மரப் பூக்கொத்துகள். அவற்றில் ஏதோவொரு மணத்தை உணருகையில் மனம் அமைதியடைகிறது. ராபெர்டா வீட்டுக்குப்போகிறாள். நீண்ட சிலுவையும் பெரிய பைபிளும் அவளை அழைத்துச்செல்ல வருகின்றன. அதற்காக சற்றே உற்சாகம் கொண்டவளாகவும் மனம் குழம்பியவளாகவும் இருக்கிறாள். அவளில்லாத நான்கு படுக்கைகள்கொண்ட அந்த அறையில் நான் இறந்துபோவேனென நினைத்தேன். மற்றொரு ஒதுக்கப்பட்ட பெண்ணை அவ்வறையில் கொண்டு சேர்க்கும் திட்டம் போசோவுக்கு இருந்ததையும் நான் அறிந்திருந்தேன். தினமும் எனக்கு எழுதுவதாக ராபெர்டா உறுதியளித்தாள், ஆனால் தன்னால் யாருக்கும் ஒரு வார்த்தைகூட எழுதமுடியாது எனத் தெரிந்தும் அவள் அப்படிச் சொன்னது எனக்கு இன்னும் ஆதுரமாயிருந்தது. நான் அவளுக்குப் படங்கள் வரைந்தனுப்ப எண்ணியிருந்தேன், ஆனால் அவள், தன் முகவரியைத் தரவில்லை. சிறிதுசிறிதாக அவள் மறைந்துபோனாள். அவள் நினைவுகளை மீட்டெடுக்க முயன்றபோதெல்லாம் - இளஞ் சிவப்பு நிறமுடைய ஈரமான காலுறைகளும் அவளுடைய தீவிரம் நிரம்பிய பெரிய கண்களும் மட்டுமே - எனது மனக்கண்ணில் தோன்றியபடி இருந்தன.

கிங்ஸ்டன் புறப்பாட்டுக்குச் சற்றே முன்பாகயிருந்த சாலையில் ஹோவர்ட் ஜான்சன்சின் கௌன்ட்டரில் பணம் பெற்றுக்கொள்பவளாக இருந்தேன். மோசமான பணியில்லை. நியூபெர்க்கிலிருந்து சற்றுத் தொலைவெனினும் அங்கு வந்து சேர்ந்துவிட்டால் வேலை அத்தனை கடினமாகயிராது. இரவு பதினொரு மணி முதல் காலை ஏழு மணி வரை - இரண்டாவது ஷிஃப்ட்டில் - நான் வேலைபார்த்து வந்தேன். ஆறு

முப்பது போல, காலை உணவுக்கென நாடோடிகள் உள்ளே நுழையும்வரை எளிதான வேலைதான். அப்போது சூரியன் மலைகளிலிருந்து கிளம்பி உணவகத்தின் பின்புறம் வந்து சேரும். அந்த இடம் இரவுகளில் பார்வைக்கு ரம்மியமாயிருந்தது - பாதுகாப்பாக - ஆனாலும் சூரியனின் கதிர்கள் உட்புகுவதை நான் விரும்பினேன், சாளரங்களின் விரிசல்களையும் சுத்தம் செய்பவர் எத்தனை அழுந்தித்துடைத்தும் அசுத்தமாகவே தென்படும் வண்ணப்புள்ளிகளின் தரையையும் அது வெளிச்சமிட்டுக் காட்டியது என்றபோதும்.

ஆகஸ்ட் மாதம். பேருந்திலிருந்து ஒரு கூட்டம் இறங்கியது. சற்று நேரம் அங்கேயே நின்றிருந்தனர்; வந்தவுடன் அமர்ந்துகொள்ள விருப்பமில்லாத வர்களாக சுற்றினார்கள், ஜானுக்குச் சென்று, பரிசுப் பொருட்களையும் மலிவாய்க் கிடைக்கும் பொருட்களின் விற்பனை இயந்திரங்களையும் பார்வையிட்டனர். நான் காபியை ஊற்றி மின்னடுப்புகளின்மீதாக வைக்கையில் அவளைப் பார்த்தேன். தலையிலும் முகத்திலும் மயிர் அடர்ந்திருந்த இரண்டு நபர்களோடு புகை பிடித்தபடி ஒரு அறைக்குள் அமர்ந்திருந்தாள். முகத்தைச் சரியாக பார்க்கவியலாமல் அவளுடைய மயிர் நீளமாயும் அடர்த்தியாயும் வளர்ந்திருந்தது. ஆனால் கண்கள். நான் எங்கிருந்தாலும் அவற்றை அறிவேன். வெகுஇறுக்கமான அளவில் சிறிய ஆடைகள். தலையில் கட்டப்பட்டிருந்த நீலநிறத் துணி. காதணிகள் கைவளைகளின் அளவிலிருந்தன. உதட்டுச்சாயம் மற்றும் கண்மை பென்சில்பற்றியும் சொல்லவேண்டும். காப்பகத்தின் பெரிய பெண்களை அவள் சந்நியாசினிபோல தோன்றச் செய்தாள். ஏழு மணிவரை என்னால் மேசையைவிட்டு வெளிவர முடியவில்லை, இருந்தும் அவர்கள் கிளம்புகிறார்களா என்பதாக அறையைப் பார்த்தபடி இருந்தேன். என்னை மாற்றிவிடுபவர் சரியான நேரத்துக்கு வந்தார், என்னிடமிருந்த ரசீதுகளை வேகமாய் எண்ணிச் சரிபார்த்து ஒப்படைத்துவிட்டுக் கிளம்பினேன். அவளுக்கு என்னை நினைவிருக்குமா என அதிசயித்தவளாய்ச் சிரித்துக்கொண்டு பூத்தை நோக்கி நடந்தேன் அல்லது அவள் என்னை நினைவில் வைத்திருக்கவும் விரும்பினாளா? செயிண்ட் போனிஸையும் அங்கு, தான் இருக்க நேரிட்டதையும் மற்றவர்கள் அறிவதை அவள் விரும்பாமலிருக்கலாம். யாரிடமும் நான் அதுகுறித்து பேசியதில்லை என்பதெனக்குத் தெரியும்.

மேலாடைகளின் பாக்கெட்டுகளுக்குள் கைகளை நுழைத்து அறையினருகே சாய்ந்து நின்றபடி அவர்களை நோக்கினேன்.

“ராபெர்டா? ராபெர்டா ஃபிஸ்க்?”

அவள் நிமிர்ந்தாள். “ய்யா?”

“ட்வைலா”

ஒரு நொடி தலையை சாய்த்துப் பார்த்தவள் பின்பு சொன்னாள்: “வாவ்”

“என்னை நினைவிருக்கிறதா?”

“கண்டிப்பாக. ஹேய்... வாவ்”

“வெகுகாலம்” என்றேன், அருகிலிருந்த மயிரடர்ந்த நபர்களை நோக்கிப் புன்னகைத்தபடி.

“ஆம். வாவ்... நீ இங்கு வேலை செய்கிறாயா?”

“ஆம்” என்றேன். “நியூபெர்க்கில் வசிக்கிறேன்”

“நியூபெர்க்... விளையாட்டில்லையே?” அவளது பிரத்தியேகமானதொரு சிரிப்பை உதிர்த்தாள். அது, அந்த நபர்களையும் இணைத்துக் கொண்டது, அவர்களை மட்டும், பின்பாக அவர்களும் அவளோடு சிரிப்பில் இணைந்துகொண்டார்கள். சிரிப்பதைத் தவிர்த்து நான் வேறென்ன செய்வது, சீருடையின்கீழே முழங்கால்கள் தெரிய நான் ஏன், அங்கு நின்றிருக்கிறேன் என ஆச்சரியமாக உணர்ந்தேன். என் தலையில் நீலமும் வெண்மையும் கலந்த முக்கோணத் தொப்பியை என்னால் பார்க்காமல் சொல்லமுடியும், வலைக்குள் கேசம் கலைந்திருந்தது, கணுக்கால்களை இறுக்கிய வெண்ணிற ஆக்ஸ்ஃபோர்ட் காலணிகள். என்னுடைய காலுறைகள்போல அசுத்தமாக வேறேதும் இருக்காது. நான் சிரித்து முடித்தபின்பாக அங்கொரு அமைதி நிலவியது. அவளால் மட்டுமே ஈடுசெய்யக்கூடிய அமைதி. அவளது தோழர்களிடம் செய்திடக்கூடிய அறிமுகங்கள் அல்லது சாவகாசமாய் அமர்ந்து கோக் பருகுவதற்கான அழைப்பு. ஆனால் முடிந்துபோயிருந்த சிகரெட்டுக்கு அடுத்ததாக மற்றொன்றை எரியூட்டினாள். “நாங்கள் கடற்கரைக்குச் செல்கிறோம்.

இவனுக்கு ஹெண்ட்ரிக்ஸோடு ஒரு சந்திப்புக்கு ஏற்பாடாகி இருக்கிறது."

வெகு இயல்பாக தனக்குப் பின்னிருந்தவனை சைகை செய்தாள்.

"ஹெண்ட்ரிக்ஸ்.. அற்புதம்" என்றேன். "உண்மையில் அற்புதம்தான். அவள் இப்போது என்ன செய்கிறாள்?"

ராபெர்டா செருமினாள். அவ்விரு நபர்களும் கண்களைச் சுழற்றி கூரையை வெறித்தார்கள்.

"ஹெண்ட்ரிக்ஸ், அடி பைத்தியமே... ஜிம்மி ஹெண்ட்ரிக்ஸ். அவன்தான் இவ்வுலகின் மிகப்பெரிய - ஓ.. வாவ்.. விடு"

யாரும் முறையாக விடைபெறாததில் நான் புறக்கணிப்படுவதாக உணர்ந்தேன். ஆகவே, அவளுக்காக அதைச் செய்ய முயன்றேன்.

"உனது அம்மா எப்படி இருக்கிறாள்?" என்றேன். அவள் முகம் இறுகியது. அதை மறைத்துக் கொண்டாள். "நலமாயிருக்கிறாள். உனது அம்மா?"

"ஓவியம்போல அழகாயிருக்கிறாள்" சொல்லிவிட்டுத் திரும்பினேன். என் முழங்காலின் பின்புறங்கள் தளர்ந்திருந்தன. ஹோவர்ட் ஜான்சன்ஸ் சூரிய ஒளியில் மூழ்கிக்கிடந்தது.

வீட்டிலணியும் காலணிகளைப் போல ஜேம்ஸ் ஆதுரமான மனிதன். அவன் எனது சமையலை நேசித்தான், நான் அவனது பெரிய பரபரப்பான குடும்பத்தை விரும்பினேன். அவர்கள் வாழ்நாள் முழுதும் நியூபெர்க்கில் வசித்தவர்கள், தங்களுக்கென சொந்தமாய் வீடிருக்கும் மனிதர்கள் பேசுவதுபோல வீட்டைப் பற்றியே பேசிக்கொண்டிருப்பார்கள். அவனுடைய பாட்டி, ஜேம்ஸின் அப்பாவைக் காட்டிலும் இருமடங்கு அதிக வயதுடையவள். மேலும் அவர்கள் தெருக்கள், சாலைகள் மற்றும் கட்டடங்கள் குறித்துப் பேசுகையில் வழக்கிலல்லாத பெயர்களையே பயன்படுத்தினார்கள். இப்போதும் ஏ&பி அவர்களைப் பொறுத்தமட்டில் ரிக்கோ'ஸ்தான், ஏனெனில் முன்பொரு காலம் திரு.ரிக்கோ என்பவருக்குச் சொந்தமான கடையின்மீதே அந்த இடம் அமைந்திருந்தது. பின்பும் புதிய சமூகக் கல்லூரியை டவுன்ஹால் என்றழைத்தார்கள், அவ்விடம் முன்பு அதுவாகத்தானிருந்தது. என்னுடைய மாமியார் ஜெல்லியும் வெள்ளரியும் விற்று பால்பண்ணையிலிருந்து

துணியால் உறையிடப்பட்ட வெண்ணெயை வாங்கி வருவார். ஜேம்சும் அவனுடைய தந்தையும் மீன்பிடித்தல், பேஸ்பால்பற்றி உரையாடுவார்கள். அவர்கள் அத்தனைபேரையும் ஹட்சனில் ஓர் உடைந்த படகில் என்னால் ஒன்றாகப் பார்க்கவியலும். நியூபெர்க்கின் மக்கள்தொகையில் பாதிக்கும் மேலாக இப்போது சுகமாயிருக்கிறார்கள், ஆனால் என் கணவனின் வீட்டாருக்கு அது இன்றும் தொலைந்த காலங்களின் சொர்க்கமாகத் தோன்றியது. பனிவீடுகள், காய்கறியைச் சுமந்துபோகும் பாரவண்டிகள், கரி அடுப்புகள் மற்றும் பூங்காக்களில் சுற்றித்திரியும் குழந்தைகளின் காலம். என்னுடைய மகன் பிறந்தபோது எனது மாமியார் தனது பழங்காலத்துத் தொட்டிலை தந்தார்.

ஆனால் அவர்கள் நினைவிலிருந்து நகரம் வெகுவாக மாறியிருந்தது. வெகு வேகமான மாற்றங்கள். மிக அழகான பழமையான வீடுகள் பாழடைந்து ஆக்கிரமிப்பாளர்களுக்கும் வாடகை தரவியலாதவர்களுக்குமான புகலிடமாய் மாறியிருந்தன, விலைபேசி புதுப்பிக்கப்பட்டன. சாமர்த்தியம் நிரம்பிய ஐபிஎம் மனிதர்கள் புறநகர்ப்பகுதியை விடுத்து மீண்டும் நகருக்குக் குடிபெயர்ந்தார்கள். தானியங்கிக் கதவுகள் அமைக்கப்பட்டன. வீட்டின் பின்புறங்களில் மூலிகைத் தோட்டங்கள் அமைந்தன. புதியாய் துவங்கும் உணவகம்பற்றிய குறிப்பு மின்னஞ்சலில் வந்தது. சுவையான உணவென்று அறிவிப்பு - பணக்கார ஐபிம் மனிதர்களின் விரும்பும் உணவுப்பட்டியல். நகரின் நுழைவாயிலில் புதிதாய்த் துவங்கப்பட்ட அங்காடியில் அந்த இடம் இருந்தது. ஒருநாள், பொருட்கள் வாங்கிவர அங்கு சென்றேன் - பார்க்க மட்டும். ஜூனின் பிற்பகுதி. எங்கும் ட்யூலிப்கள் மறைந்து குவின் எலிசபெத் ரோஜாக்கள் பூத்திருந்தன. எனது சாமான்களுக்கான தள்ளுவண்டியில் வேகவைத்த சிப்பிகளையும் ராபெர்ட் சாஸூம் பல வருடங்கள் கடந்தாலும் எனது வைப்பறையில் அப்படியேதான் கிடக்கும் என்பதை நான் நன்கறிந்த பொருட்களாலும் நிரப்பியபடி கடையின் பக்கமாக நடந்துகொண்டிருந்தேன். ஜேம்சின் ஃபயர்மேன் சம்பளத்தை இப்படி வீணாகச் செலவுசெய்வது பற்றிய எனது குற்றவுணர்வு சில கிளாண்டிக் ஐஸ்கிரீம் பார்களை வாங்கியபோது மட்டுமே தணிந்திருந்தது. எனது மாமனார் அவற்றை எனது மகனைப் போலவே ஆவலாய் எடுத்துச் சாப்பிடுவார்.

வெளியே செல்லக் காத்திருக்கையில் அந்தக் குரலை நான் கேட்டேன்: “ட்வைலா!”

ஆலயத்திலிருந்து வழிந்தபடியிருந்த செவ்வியல் இசையில் நான் தொலைந்திருந்தேன். என்னை நோக்கிக் குனிந்த பெண்ணின் உடையலங்காரம் அபாரமாயிருந்தது. கைகளில் வைரங்கள் மின்னின, வெகுநேர்த்தியான கோடைகாலத்துகான வெள்ளை நிற ஆடைகளை உடுத்தியிருந்தாள். "நான். திருமதி.பென்சன்" என்றேன்.

"ஹோ.. ஹோ.. பிக் போசோ.." அவள் ராகமாய்ப் பாடினாள்.

ஒரு நொடிக்கும் குறைவான நேரம் அவள் பேசியது எனக்கு விளங்கவில்லை. அவள்வசம் தோட்டக்கீரைகளும் இரு அட்டைப்பெட்டி நிறைய சுத்திகரிப்பு செய்த நீரும் இருந்தன.

"ராபெர்டா"

"மிகவும் சரி."

"கடவுளே.. ராபெர்டா"

"நீ மிகவும் அழகாய்த் தோன்றுகிறாய்" என்றாள்.

"நீயும். எங்கிருக்கிறாய்? இங்குதானா? நியூபெர்க்கிலா?"

"ஆம். அன்னண்டேலுக்கு அருகில்"

நான் மேலும் பேசமுற்பட்டேன், அதற்குள் காலியாயிருந்த தனது மேசையை சுட்டிக்காட்டி கேஷியர் பெண்மணி என்னை வரும்படி அழைத்தாள்.

"வெளியே சந்திக்கலாம்", தனது விரல்களால் சைகை செய்தபடி ராபெர்டா எக்ஸ்பிரஸ் வரிசைக்குள் நுழைந்தாள்.

மளிகைப் பொருட்களை வைத்துவிட்டு அவள் போவதைப் பார்த்தபடி நின்றிருந்தேன். ஹோவர்ட் ஜான்சன்சில் அவளோடு பேச முயன்று கஞ்சத்தனம் நிரம்பியதொரு "வாவ்" மட்டுமே பரிசாய்க் கிடைத்தது நினைவு வந்தது. ஆனால் அவள் எனக்காகக் காத்திருந்தாள். நீண்டு வளர்ந்திருந்த அவளது மயிர்க்கற்றைகள் இப்போது மெலிதாக வெட்டப்பட்டு அவளுடைய சிறிய வடிவான தலையை மிருதுவாய்ப் போர்த்தியிருந்தது. காலணிகள், உடைகள், எல்லாம் அழகாயும் கோடைக்கு ஏற்றதாயும் விலையுயர்ந்ததாயும் இருந்தன. அவளுக்கு என்ன நேர்ந்தது என்னவென்பதை அறிந்துகொள்ள

நான் துடித்துக் கொண்டிருந்தேன், எவ்வாறு அவள் ஜிம்மி ஹெண்ட்ரிக்ஸில் இருந்து மருத்துவர்கள் மற்றும் ஐபிஎம் உயரதிகாரிகளின் அருகாமை நிரம்பிவழியும் அன்னண்டேலுக்கு வந்தாள் என்று எண்ணினேன். இதெல்லாம் அவர்களுக்கு மிக எளிதான செயல்கள். உலகையே சொந்தம் கொண்டாடுவதாக அவர்கள் நம்பினார்கள்.

“எத்தனை காலம்..” என்றேன். “எத்தனை காலமாக நீ இங்கிருக்கிறாய்?”

“ஒரு வருடம். இங்கிருக்கும் ஒருவனை மணந்துகொண்டேன். நீ! உனக்கும் திருமணம் ஆகிவிட்டதுதானே? பென்சன்’ எனச் சொன்னதாக நினைவு.”

“ஆம். ஜேம்ஸ் பென்சன்.”

“அவன் நல்லவனா?”

“புரியவில்லை?”

“அவன் நல்லவன்தானா?” தான் கேட்பது இன்னதென்பதை தெளிவாக அறிந்தவளாக ராபெர்டாவின் தீர்க்கமான கண்கள் மின்னின, அவை பதிலை வேண்டிநின்றன.

“அவர் அருமையான மனிதர் ராபெர்டா, அற்புதமானவர்.”

“ஆக, நீ மகிழ்ச்சியாய் இருக்கிறாய்.”

“கண்டிப்பாக.”

“மிகவும் நல்லவிசயம்” அவள் தலையை ஆட்டியபடி சொன்னாள். “நீ மகிழ்ச்சியாய் இருப்பாய் என நான் எப்போதும் நம்பினேன். குழந்தைகள்? உனக்குப் பிள்ளைகள் இருக்கிறார்கள், நானறிவேன்..”

“ஒரு பிள்ளை. பையன்.. உனக்கு?”

“நான்கு”

“நான்கா?”

அவள் சிரித்தாள். “மூத்தாளின் பிள்ளைகள். அவன் மனைவியை இழந்தவன்.”

“ஓஹ்..”

“நேரமிருக்குமா? காபி அருந்தலாமா?”

கிளோண்டிக்குகள் உருகுவதும் வெகுதூரம் நடந்துசென்று காரின் பின்புறம் பொருட்களை அடுக்குவதின் சங்கடங்களும் என்முன் நிழலாடின. தேவையற்ற பொருட்களாய் வாங்கி நிரப்பியதற்கு எனக்கு இது தேவைதான். ராபெர்டா எனக்கு முன்பாகச் சென்றுகொண்டிருந்தாள்.

“எனது காருக்குள் இவற்றை வைத்துவிடலாம், இங்கே”

நான் நின்றிருந்த கருநீல லிமோசினைப் பார்த்தேன்.

“நீ ஒரு சீனனையா திருமணம் செய்திருக்கிறாய்?”

“இல்லை” சிரித்தாள். “அவன் வாகன ஓட்டி.”

“ஓ.. பிக் போசோ இப்போது உன்னைப் பார்த்தால் அவ்வளவுதான்.”

நாங்கள் சிரித்தோம். மனதாரச் சிரித்தோம். சட்டென, இருதயம் துடிக்கும் நொடிநேரத்தில், இருபது வருடங்கள் மாயமாய் மறைந்து பழையன யாவும் விரைந்து திரும்பிக்கொண்டிருந்தன. பெரிய பெண்கள் (நாங்கள் அவர்களை ஜார் பெண்கள் என்றழைத்தோம் - சிவிக்ஸ் வகுப்பில் விளக்கம் சொல்லப்பட்ட, தீயவையென்று நம்பப்பட்ட, கல் உருவங்களுக்கான பெயரை ராபெர்டா அப்படித்தான் தவறாகப் புரிந்துகொண்டிருந்தாள்) பழத்தோட்டத்தில் நடனமாடிக் கொண்டிருந்தனர், நன்கு வறுத்த உருளைகள், டபுள் வீனீக்கள், அன்னாசியுடன் கூடிய ஸ்பாம். ஒருவரையொருவர் ஆதரவாய்ப் பற்றியபடி காப்பி ஷாப்புக்குள் நுழைந்தோம். இதற்கு முந்தைய தருணம் போலல்லாமல் நாங்கள் ஏன் இத்தனை மகிழ்ச்சியாய் இருக்கிறோம் என எண்ணியபடி இருந்தேன். ஒருமுறை, பனிரெண்டு வருடங்களுக்குமுன்பாக, நாங்கள் அறிமுகமற்றவர்கள்போல கடந்துசென்றோம். ஹோவர்ட் ஜான்சன்ஸ் சாலையில் சந்தித்த கறுப்பினப் பெண்ணுக்கும் வெள்ளையினப் பெண்ணுக்கும் சொல்ல ஒன்றுமிருக்கவில்லை. ஒருவள், நீலமும் வெண்மையும் கலந்த பணியாளின் தொப்பி அணிந்திருந்தாள் - மற்றவள் ஹெண்ட்ரிக்ஸைப் பார்க்கச் சென்றுகொண்டிருந்தாள். ஆனால் இப்போதோ வெகுகாலம்

பிரிய நேரிட்ட சகோதரிகள்போல நடந்துகொள்கிறோம். நான்கு மாதங்களென்பது காலத்தில் மிகப்பெரிய விசயமில்லை. ஆனால் அந்தக் காலம் குறிப்பிடும்படியானதாக இருந்தது. இருவரும் அங்கே தங்கநேர்ந்த காலம், ஒன்றாக. உலகில் வேறு எவரும் அறிந்திருக்காத விசயத்தை அந்தச் சின்னப்பெண்கள் அறிந்திருந்தார்கள் - எப்படி கேள்விகள் கேட்கக்கூடாது என்பதை. நம்ப வேண்டியவற்றில் எப்படி நம்பிக்கைகொள்வது என்பதை. அந்தத் தயக்கத்தில் தாராளமும் மரியாதையும் மிகுந்திருந்தன. உன் அம்மாவும் நோயுற்றிருக்கிறாளா? இல்லை - அவள் இரவெல்லாம் நடனமாடுவாள் - ஓ, ஒப்புமையாய் ஒரு தலையசைப்பு.

பூத்தின் ஜன்னலோரம் அமர்ந்தவர்கள் அனுபவத்தில் முதிர்ந்தவர்கள்போல பழைய நினைவுகளை மீட்டியபடி இருந்தோம்.

"இப்போதாவது நீ வாசிக்கக் கற்றுக்கொண்டாயா?"

"கவனி". அவள் உணவுப் பட்டியலைக் கையிலெடுத்தாள். "இன்றைக்கான விசேஷ தயாரிப்புகள். கார்ன் சூப். டூ டாட்ஸ் அண்ட் எ ரிக்லி லைன். செஃப் சாலட். க்யுச். ஸ்கால்லப்ஸ்.."

நான் சிரித்தபடி, ஆரவாரமாய் கைதட்டிக் கொண்டிருக்கையில் பணியாள் வந்து சேர்ந்தாள்.

"ஈஸ்டர் கூடைகளை நினைவிருக்கிறதா?"

"அவர்களை நாம் எவ்வாறு அறிமுகம்செய்ய முயன்றோம் என்பதும்?"

"தொலைபேசியின் முகவணைகள் போல சிலுவையணிந்த உனது அம்மா."

"போலவே, உனது அம்மா இறுக்கமாய் கால்சராய் அணிந்திருந்தாள்."

வெகுசப்தமாக, நாங்கள் சிரித்ததில் மற்றவர்கள் ஈர்க்கப்பட்டாலும் எங்களால் சிரிப்பை அடக்கமுடியவில்லை.

"ஜிம்மி ஹெண்ட்ரிக்ஸை சந்திப்பது என்னவானது?"

ராபெர்டா, தனது உதடுகளால் குமிழ் வெடிப்பதைப்போல சைகை செய்தாள்.

"அவன் இறந்தபோது நான் உன்னை நினைத்துக் கொண்டேன்."

"கடைசியில், நீ அவனை அறிந்துகொண்டுவிட்டாய், இல்லையா?"

"கடைசியாகப். புரிந்துகொள். நான் சின்னதொரு நகரத்தில் பணியாளாக இருந்தேன்."

"நானும் சின்னதொரு நகரத்தின் பள்ளியிலிருந்து பாதியில் வெளியேறியவள். இப்போதும் நான் எப்படி அங்கிருந்து உயிரோடு தப்பினேன் என்பது புரியவில்லை."

"அது உன் சாதனை."

"ஆம். என்னால் அதனைச் சாதிக்கமுடிந்தது. இப்போது நான் திருமதி.கென்னத் நார்டன்."

"ரொம்பப் பெரிய இடமாய்த் தெரிகிறது."

"கண்டிப்பாக."

"வேலைக்காரர்கள் - மற்றதெல்லாம்?"

ராபெர்டா, இரு விரல்களை உயர்த்திக் காட்டினாள்.

"உம்.. அவன் என்ன செய்கிறான்?"

"கணினி - சாதனங்கள். எனக்கு வேறெதுவும் தெரியாது."

"நரகமாயிருந்த அந்த நாட்கள்பற்றிய நினைவுகள் பெரிதாய் எதுவுமில்லை; இருந்தாலும், கடவுளே! செயிண்ட் போனிஸ் பற்றிய நினைவுகள் சூரியவொளி போல இன்னும் தெளிவாக இருக்கின்றன. மேகி நினைவிருக்கிறாளா? அவள் கீழே விழுந்த தினமும் ஜார் பெண்கள் கேலியாய் நகைத்ததும்?"

ராபெர்டா, தனது சாலடை விட்டு நிமிர்ந்தென்னை உற்று நோக்கினாள். "மேகி கீழே விழவில்லை" என்றாள்.

"ஆம், அவள் விழுந்தாள். உனக்கு நினைவில்லையா?"

"இல்லை ட்வைலா. அந்தப் பெண்கள் அவளைக் கீழே தள்ளி அவளது உடைகளைக் கிழித்தார்கள், பழத்தோட்டத்தில்."

"எனக்கு நினைவில்லை. அப்படி ஏதும் நிகழவில்லை."

"கண்டிப்பாக அது நிகழ்ந்தது. பழத்தோட்டத்தில். நாம் எத்தனை பயந்திருந்தோம் என்பது உனக்கு நினைவிருக்கிறதா?"

"ஒரு நிமிடம் பொறு. எனக்கு எதுவும் நினைவில்லை."

"போசோ வேலையைவிட்டு நீக்கப்பட்டாள்."

"உனக்குப் பைத்தியம்தான் பிடித்திருக்கிறது. நான் கிளம்பும்போதும் அவள் அங்குதானிருந்தாள். நீ எனக்கு முன்பாகவே கிளம்பிப் போனவள்."

"நான் மீண்டும் அங்கு சென்றேன். போசோ, பணிநீக்கம் செய்யப்பட்டபோது நீ அங்கில்லை."

"என்ன?"

"இருமுறை. பத்து வயதின்போது ஒருமுறையும், பதினான்கு வயதில் இரண்டு மாதங்களுக்கென மறுமுறையும். அப்போதுதான் நான் அங்கிருந்து ஓடிப்போனேன்."

"நீ செயிண்ட் போனிஸிலிருந்து ஓடிப்போனாயா?"

"நான் அதைச் செய்தாகவேண்டியிருந்தது. நீ எதை விரும்புகிறாய்? நானும் பழத்தோட்டத்தில் நடனமாடுவதையா?"

"மேகியைப் பற்றி நீ சொல்வது உறுதியானதா?"

"கண்டிப்பாக நான் சொல்வது உண்மைதான். நீ மறந்துவிட்டாய் ட்வைலா. அது நிகழ்ந்தது. அந்தப் பெண்கள் தங்கள் நடத்தையில் சிக்கல்கள் உடையவர்களாய் இருந்தார்கள், அது உனக்குத் தெரியும்."

"நீ அவர்கள்குறித்து சொல்வது உண்மைதான். ஆனால் மேகியைப் பற்றியவை ஏன் என் நினைவிலில்லை?"

"என்னை நம்பு. அது நிகழ்ந்தபோது நாம் அங்கிருந்தோம்."

"நீ மறுமுறை சென்றபோது யாருடன் அறையைப் பகிர்ந்துகொண்டாய்?" அவள் சொல்கிறவளை அறிந்தவள்போல வினவினேன். மேகிபற்றிய தகவல்கள் என்னைக் குழப்பத்தில் ஆழ்த்தியிருந்தன.

"ஊர்ந்து திரியும் பூச்சிகளோடு. இரவில் கிச்சுகிச்சு மூட்டி விளையாடுபவை."

என் செவிகள் கேட்கும் பொறுமையை இழந்துகொண்டிருந்தன. உடனடியாக வீட்டுக்குத் திரும்ப விரும்பினேன். இது நன்றாகத்தான் இருக்கிறது. ஆனால், அவளை அத்தனை எளிதில் தப்பவிட முடியாது, கேசத்தை, படிய வாரி, முகம் கழுவிக்கொண்டு ஏதும் நிகழவில்லையென இயல்பாக நடந்துகொள்வதைப் போல. ஹாவர்ட் ஜான்சன்ஸில் நிகழ்ந்த அவமானத்துக்குப்பின்பும். அவள் எந்தவிதமான மன்னிப்பும் கேட்கவில்லை, எவ்விதத்திலும்.

"ஹோவர்ட் ஜான்சன்ஸில் அன்றையதினம் நீ போதை மருந்தேதும் உட்கொண்டிருந்தாயா?" என் மனதில் இருந்ததைக்காட்டிலும் அதிகமாய் நட்புணர்வு தொனிக்கும்படியாகக் கேட்டேன்.

"இருக்கலாம், சிறிதளவு. நான் எப்போதும் பெரிதாக போதைப்பொருட்கள் எடுத்துக்கொண்டதில்லை. ஏன்?"

"தெரியவில்லை. நீ என்னை அறிந்துகொள்ள விரும்பாதவள்போல நடந்து கொண்டாய்"

"ஓ ட்வைலா; அந்நாட்கள்பற்றி உனக்குத் தெரியும்தானே? கறுப்பர் - வெள்ளையர். எல்லாம் எப்படியிருந்தன என்பதை நீயறிவாய்."

ஆனால் எனக்குத் தெரியாது. நான் அதற்கு நேரெதிராக எண்ணியிருந்தேன். எண்ணிக்கையில் அதிகமான வெள்ளையர்களும் கறுப்பர்களும் ஹோவர்ட் ஜான்சன்ஸுக்கு ஒன்றாக வந்திருக்கிறார்கள், ஒன்றாகச் சுற்றுவார்கள்; மாணவர்கள், இசைஞர்கள், காதலர்கள், எதிர்ப்பாளர்கள். நீங்கள் ஹோவர்ட் ஜான்சன்ஸில் அனைத்தையும் பார்க்கலாம், சொல்வதானால், கறுப்பர்கள் வெள்ளையர்களோடு அந்நாட்களில் வெகு நெருக்கமாயிருந்தார்கள். ஆனால்

வசன கவிதை | 61

தட்டின்மீது இரண்டு தக்காளித்துண்டுகளைத் தவிர்த்து வேறெதுவும் இல்லாமல் உருகும் க்ளோண்டிக்குகள்பற்றி சிந்திப்பது சிறுபிள்ளைத்தனமாய் இருந்தது. நாங்கள் அவளுடைய காருக்குச் சென்றோம், வாகன ஓட்டியின் உதவியோடு பொருட்களை எனது வாகனத்துக்கு மாற்றிக்கொண்டேன்.

"இம்முறை, நாம் தொடர்பிலிருப்போம்" என்றாள்.

"கண்டிப்பாக" என்றேன். "கண்டிப்பாக, நேரம் கிடைக்கையில் என்னை அழை."

"நான் அழைப்பேன்" என்றவள், காருக்குள் அமர்ந்து கொண்டிருந்த என்னை நோக்கி ஜன்னல்வழியாகக் குனிந்தாள். "அதோடு, உனது அம்மா. அவள் எப்போதாவது நடனமாடுவதை நிறுத்தினாளா?"

நான் தலையசைத்தேன். "இல்லை. எப்போதும் நிறுத்தவில்லை."

ராபெர்டாவும் ஆமோதித்தாள்.

"உனது அம்மா? அவள் உடல்நலம் சரியானதா?"

அவள் மெலிதான சோகத்தோடு புன்னகைத்தாள். "அவள். அவள் உடல்நிலை இறுதிவரை சரியாகவில்லை. கவனி. என்னை அழைக்க வேண்டும். சரியா?"

"சரி" என்றேன், ஆனால் அதைச் செய்யப்போவதில்லை என்பதையும் நானறிந்திருந்தேன். மேகியைக் கொண்டு என் பால்யத்தின் நினைவுகளை ராபெர்டா குழப்பியிருந்தாள். அதுமாதிரியானதொரு சம்பவத்தை நான் மறக்கவே மாட்டேன். அப்படித்தானே?

இலையுதிர்காலத்தில் சச்சரவுகள் எங்களை வந்தடைந்தன அல்லது பத்திரிகைகள் அவற்றை அப்படித்தான் குறிப்பிட்டன. சச்சரவுகள். இனச் சண்டைகள். அவ்வார்த்தை எனக்குள் ஒரு பறவையாய் உருவகித்தது - கி.மு. 1,000,000,000விலிருந்து வந்த பிரமாண்டமான வீறிடும் பறவை. தனது சிறகுகளை விசிறியபடியும் காகம்போல கரைந்தபடியும். புருவங்களற்ற அதன் கண்கள் உங்களை உற்று நோக்கியபடி இருக்கும். பகல் முழுதும் அலறியபடி சுற்றித் திரியும், இரவில்

கூரைகளின்மீதாக உறங்கும். காலையில் உங்களை விழித்தெழச் செய்து "இன்றைய நிகழ்வுகள்" தொடங்கி இரவு பதினொரு மணி செய்திகள்வரைக்கும் விரும்பத்தகாத நண்பன்போல உடனிருக்கும். என்னால் ஒரு நாளையும் அதன் மறுநாளையும் பிரித்துணர முடியவில்லை. தைரியமாயிருக்கும் காலமென்பதை நான் அறிந்திருந்தேன், எனினும் எப்படி என்பது மட்டும் புரியாமல் இருந்தது, ஜேம்சும் எனக்கு உதவிடவில்லை. குழந்தைகளுக்கு உயர்கல்வி தரும் பள்ளியிலிருந்து வெகுதூரமாயிருந்த மற்றொரு பள்ளிக்கு மாற்றப்படும் பிள்ளைகளின் பட்டியலில் ஜோசப்பின் பெயரும் இருந்தது, அது அவனுக்கு நல்லதல்ல எனச் சிலர் சொல்லும் வரைக்கும் நான் அதை நல்லவிசயம் என்பதாகவே நம்பியிருந்தேன். நான் அத்தனை விசயம் தெரிந்தவளில்லை என்பதற்காகச் சொல்கிறேன். அனைத்துப் பள்ளிகளும் புத்தகங்களின் குவியல் மட்டுமே, பார்க்க அழகாயிருப்பது அவற்றுக்கு தனித்தன்மை எதையும் வழங்குவதில்லை. ஆனால் பத்திரிகைகள் தொடர்ச்சியாக அவற்றைப் பற்றி எழுதின, பின்பாக, குழந்தைகளும் ஆர்வம் கொள்ள ஆரம்பித்தார்கள். ஆகஸ்ட் மாதம், நினைவிருக்கட்டும். பள்ளிகள் இன்னும் திறந்திருக்கவில்லை. அங்கு செல்ல ஜோசப் விரும்பமாட்டான் என்றெண்ணினேன், ஆனால் அவன் அதுகுறித்து அத்தனை பயந்ததாகத் தெரியவில்லை என்பதால் நான், என் கவலைகளை மறந்திருந்தேன், ஹட்சன் வீதியில் இணைக்கவிருக்கும் பள்ளியின்வழியாக வாகனத்தில் செல்லும்போது, வரிசையில் நடந்துபோன பெண்களின் அணிவகுப்பை பார்க்கும்வரை. அந்த வரிசையில் நின்றிருந்தது யாரென நினைக்கிறீர்கள், வாழ்வினைப்போல பெரியதாக, தன் அம்மாவின் சிலுவையைக்காட்டிலும் அகலமானதொரு விளம்பரப் பலகையைச் சுமந்தபடி? அம்மாக்களுக்கும் உரிமை உண்டு - என்றது அது.

அந்த வரிசையைக் கடந்துபோனவள் பின்பாக, என் மனதை மாற்றிக் கொண்டேன். வேகத்தைக் குறைத்து, முற்றுகையை வட்டமிட்டுச் சுற்றிவந்து, எனது ஹார்னை ஒலிக்கச் செய்தேன்.

திரும்பிப் பார்த்த ராபெர்டா, என்னைக் கண்டவுடன் கையசைத்தாள். நான் பதிலுக்குக் கையசைக்கவில்லை, ஆனால் அங்கிருந்து நகரவுமில்லை. தன்னுடைய பலகையை வேறொரு பெண்ணிடம் தந்துவிட்டு நான் நின்றிருந்த இடத்துக்கு வந்தாள்.

வசன கவிதை | 63

"ஹாய்"

"என்ன செய்கிறாய்?"

"மறியல். என்னவாகத் தெரிகிறது?"

"எதற்காக?"

"எதற்காக என்றால் என்ன அர்த்தம்? அவர்கள் என்னுடைய பிள்ளைகளைப் பிரித்து தொலைவாக அனுப்ப முயலுகிறார்கள். அவர்கள் செல்ல விரும்பவில்லை."

"அவர்கள் மற்றொரு பள்ளிக்குச் சென்றால்தான் என்ன? என்னுடைய பையனும் போகிறான், ஆனால் அதற்காக நான் வருத்தம் கொள்ளவில்லை. நீ மட்டும் ஏன்?"

"இது நம்மைப் பற்றியதல்ல, ட்வைலா. நீயும் நானும் அல்ல. இது நம் பிள்ளைகளைப் பற்றியது"

"அவர்களைக் காட்டிலுமா நாம் என்பது பெரியது?"

"நல்லது. இது ஒரு சுதந்திர நாடு."

"இன்னும் இல்லை. ஆனால் விரைவில் அது நடக்கும்."

"இதற்கு என்ன அர்த்தம்? நான் உனக்கேதும் தீங்கிழைக்கவில்லை?"

"நீ அப்படியா நினைக்கிறாய்?"

"நான் அறிவேன்."

"நான் வித்தியாசமானவள் என உன்னை எண்ணவைத்தது எதுவென ஆச்சரியம் கொள்கிறேன்."

"அவர்களைப் பார்" என்றேன். "நன்றாக உற்றுப் பார். தங்களை யாரென அவர்கள் எண்ணிக்கொண்டிருக்கிறார்கள்? இந்த இடத்தை உரிமை கொண்டாடுபவர்கள்போல எல்லா பக்கமும் மொய்த்திருக்கிறார்கள். மேலும் இப்போது என் பிள்ளை, எந்தப் பள்ளிக்குப் போவதென்பதையும் அவர்களே தீர்மானிக்கலாம் என எண்ணுகிறார்கள். அவர்களைப் பார் ராபெர்டா. அவர்கள் எல்லோரும் போசோக்கள்."

ராபெர்டா, அந்தப் பெண்களை திரும்பிப் பார்த்தாள். அனைவரும் அவளுக்காக காத்துக்கொண்டிருந்தனர், நின்றபடி. அவர்களில் சிலர் எங்களை நோக்கி முன்னேறத் தலைப்பட்டார்கள். என்வசம் திரும்பிய ராபெர்டா உறைந்த விழிகளால் என்னை ஏறிட்டாள். "இல்லை. அவர்கள் போசோக்கள் இல்லை. அவர்கள் வெறும் அம்மாக்கள்."

"அப்படியானால் நான் யார்? ஸ்விஸ் வெண்ணெயா?"

"எத்தனையோமுறை நான் உனக்குத் தலை வாரிவிட்டிருக்கிறேன்."

"உனது கரங்கள், எனது தலையைத் தொடுவதை நான் வெறுத்தேன்."

அந்தப் பெண்கள் நகரத் தொடங்கினார்கள். எங்களுடைய முகங்கள் அவர்கள் கவனத்தை ஈர்த்திருக்க வேண்டும். அவர்கள் காவல்துறை வாகனத்தின்முன்பு பாயவும் தயாராயிருப்பவர்கள்போலத் தோன்றினார்கள், இன்னும் அதிகமாக, காரின் உள்ளிருந்து என் முழங்கைகளைப் பற்றி வெளியே இழுக்கும் ஆயத்தமும் அவர்களிடம் தென்பட்டது. இப்போது அவர்கள், எனது காரை சுற்றி வளைத்து மெல்லமாக அசைக்கத் தொடங்கினார்கள், அது, ஊஞ்சல் போல முன்னுபின்னுமாக ஆடியது. தன்னிச்சையாக ராபெர்டாவைத் தேடினேன், பழத்தோட்டத்தில் கழித்த முந்தைய காலத்தைப் போல, நாங்கள் பார்த்துக்கொண்டிருப்பதை கண்டுபிடித்துவிட்டால் ஓடவேண்டியிருக்கும், இருவரில் ஒருவர் விழுந்துவிட்டால் மற்றவள் அவளைத் தூக்கிவிடுவோம் அல்லது சப்தமிடவும் உதைக்கவும் எதிர்த்துத் தாக்குவதற்கும் மற்றவளும் பின்தங்குவோம், ஆனால் ஒருபோதும் ஒருவரையொருவர் தவிக்கவிட்டு ஓடியதில்லை. ஜன்னலின்வழியே நீண்ட எனது கரத்தை ஏந்திடும் கரம் அங்கில்லை. நான் காருக்குள் முன்பின்னாக தள்ளாடுவதைப் பார்த்தபடி ராபெர்டா நின்றிருந்தாள். அவளது முகம் இறுகியிருந்தது. காரின் இருக்கையிலிருந்து நழுவி எனது பர்ஸ் டாஷ்போர்டின்கீழ் விழுந்தது. தங்களது வாகனத்துக்குள் அமர்ந்து பானத்தைப் பருகிக்கொண்டிருந்த காவலர்கள் நிலைமையை உணர்ந்தவர்களாக பெண்களின் நடுவில் கட்டாயமாகப் புகுந்து முன்னேவந்தார்கள். "நல்லது.. கண்ணியத்துக்குரிய

வசன கவிதை | 65

பெண்மணிகளே.. விலகி வரிசைக்குச் செல்லுங்கள். அல்லது இங்கிருந்து கிளம்பவேண்டி வரும்."

சிலர் தாமாகவே விலகிப்போனார்கள். மற்றவர்களை காரின் அருகிலிருந்து இழுத்துப் போகவேண்டியிருந்தது. ராபெர்டா நகரவில்லை. என்னை தீர்க்கமாகப் பார்த்தபடி நின்றிருந்தாள். நான் இக்னிஷனோடு போராடிக் கொண்டிருந்தேன், ஆனால் கியர்ஷாஃப்டில் இருந்ததால் அதை எளிதாகக் கிளப்பமுடியவில்லை. அலைக்கழிப்பின் காரணமாக விசிறியடிக்கப்பட்ட காய்கறி சிட்டைகள் கசங்கிய இருக்கைகளின்மீதாக இறைந்துகிடந்தன, பர்ஸ் தரையில் கிடந்தது.

"ஒருவேளை, நான் இப்போது வித்தியாசமானவளாக மாறியிருக்கலாம் ட்வைலா. ஆனால் நீ அப்படியில்லை. இன்னும் சிறுமியாகத்தான் இருக்கிறாய், தரையில் வீழ்ந்துகிடந்த வயதான ஏழை கறுப்பினப் பெண்ணை எட்டி உதைத்த அதே சிறுமியாகத்தான் இருக்கிறாய். நீ ஒரு கறுப்பினப் பெண்ணை உதைத்தாய், மேலும் இப்போது என்னை குறுகிய மனப்பான்மைகொண்டவள் எனச் சொல்லும் தைரியமும் உனக்கிருக்கிறது."

சிட்டைகள் எங்கும் சிதறிக்கிடக்க, பர்ஸின் முனை டாஷ்போர்டின்கீழே தெரிந்தது. ஆனால் அவள் என்ன சொல்கிறாள்? கறுப்பினப் பெண்ணா? மேகி கறுப்பினப் பெண்ணில்லை.

"அவள் கறுப்பினத்தவள் அல்ல" என்றேன்.

"நீ சொல்வது அப்பட்டமான பொய், மேலும் அவளை நீ உதைத்தாய். நாமிருவரும் இணைந்து அதைச் செய்தோம். அலறவும் வாய்ப்பில்லாத கறுப்பினப் பெண்ணை நீ உதைத்தாய்."

"பொய் சொல்கிறாய்."

"நீதான் பொய் சொல்கிறாய். எங்களை தனிமையில் விடுத்து நீ ஏன் வீட்டுக்குத் திரும்பிச் செல்லக்கூடாது? ஹ்ம்ம்ம்?"

அவள் திரும்பி நடந்தாள். நான் கிளம்பினேன்.

மறுநாள் காலை வாகனக் காப்பறைக்குச் சென்று எங்களது சின்ன தொலைக்காட்சிப்பெட்டியை கட்டி எடுத்துவர உதவிய அட்டைப் பெட்டியிலிருந்து ஒரு பகுதியை வெட்டியெடுத்தேன். அது போதுமான அளவு பெரிதாயில்லை, என்றாலும் சற்றுநேரத்துக்குப் பின்பு என்னிடம் சொல்லிக் கொள்ளும்படியான ஒரு விளம்பரப்பலகை இருந்தது: வெள்ளைப் பின்புலத்தில் சிவப்பாய் வர்ணம் தெளிக்கப்பட்ட வார்த்தைகள் - போலவே குழந்தைகளுக்கும் உண்டு ★★★★. பள்ளிக்குச் சென்று அந்தப் பலகையை எங்கேனும் பொருத்திவிட்டுத் திரும்புவதே எனது எண்ணம், சாலையில் வரிசையாய் நின்றிருக்கும் மாடுகள் பார்க்கும்படியாக, ஆனால் நான் அங்கு சென்றபோது பத்துக்கும் அதிகமானோர் ஒன்று கூடியிருந்தார்கள், சாலையில் நின்றிருந்த மாடுகளுக்கு எதிராக. காவல்துறை எல்லாவற்றையும் அனுமதிக்கிறது. நானும் வரிசையில் இணைந்துகொண்டேன். நாங்கள் ஒருபுறம் நேரத்தை விரயம் செய்ய மறுபுறம் ராபெர்டாவும் அவளைச் சார்ந்தவர்களும். முதல் நாள், ஒருவர் இருப்பதை மற்றவர் அறியாததுபோல, வெகுநாகரீகமாக நடந்து கொண்டோம். இரண்டாவது நாள் பெயர்சொல்லி அழைப்பதும் விரல்களால் சைகை செய்வதும் தொடங்கியது. ஆனால் அவ்வளவுதான். மக்கள் தொடர்ச்சியாக, தங்கள் விளம்பரப் பலகைகளை மாற்றியபடி இருந்தார்கள், ஆனால் ராபெர்டா தன்னுடையதை மாற்றவில்லை, போலவே நானும். உண்மையில், என்னுடைய பலகை ராபெர்டாவினுடையது இல்லையெனில் முழுமையான அர்த்தம் தராது. "மேலும் பிள்ளைகளுக்கும் உண்டு - என்ன?" என்னுடைய தரப்பிலிருந்த ஒரு பெண் என்னிடம் கேட்டாள். வெளிப்படையாகத்தானே பேசுகிறது, உரிமைகள், என்றேன்.

நான் அங்கிருப்பதை ராபெர்டா லட்சியம் செய்தாளில்லை. அவளுக்கு நான் இங்கிருப்பது தெரியுமா எனச் சந்தேகம் கொண்டேன். ஆகவே, வரிசையில் கணக்கிட்டு நகரத் துவங்கினேன், ஒரு நிமிடம் மனிதர்களைத் தள்ளியபடி முன்னேறியும் மறுநிமிடம் பின்தங்கியும், இதன்மூலம் நானும் ராபெர்டாவும் ஒரே நேரத்தில் அவரவர் வரிசையின் இறுதியைச் சென்றடைவோம், நாங்கள் எதிரெதிர் சந்தித்துக்கொள்ளும் சாத்தியமும் உண்டாகும். இருந்தும், அவள் என்னைப் பார்த்தாள் என்பதையோ எனது விளம்பர வாசகம் அவளுக்கான பதில் என்று உணர்ந்தாள் என்பதையோ என்னால் உறுதியாகச்

வசன கவிதை | 67

சொல்ல முடியவில்லை. மறுநாள் நாங்கள் ஒன்றுகூடுவதாய்த் தீர்மானம் செய்திருந்த நேரத்துக்கு முன்னதாக வந்துசேர்ந்தேன். என்னுடைய புதிய படைப்பை வெளிப்படுத்தும்முன்பு அவள் வருகைக்காகக் காத்திருந்தேன். அவள், தனது "அம்மாக்களுக்கும் உரிமை உண்டு" எனும் பலகையை உயர்த்தியவுடன் நான் எனது பலகையை உணர்த்தினேன். "நீ எப்படி அறிவாய்?" அவள் அதைப் பார்த்தது எனக்குத் தெரியும், ஆனால் நான் இப்போது அவ்வழக்கத்துக்கு அடிமையாகிவிட்டிருந்தேன். ஒவ்வொருநாளும் என்னுடைய விளம்பரப் பலகைகள் பித்துக்குளித்தனமாக மாறியபடி இருந்தன. எனது அணியிலிருந்த பெண்கள் என்னை, பைத்தியம் என எண்ணத் தொடங்கினார்கள். அற்புதமான கருத்துகளை உரத்துச் சொன்ன எனது பதாகைகளில் அவர்களுக்குத் தலையும் புரியவில்லை காலும் புரியவில்லை.

வெகுஅடர்த்தியான சிவப்பில் வர்ணம் பூசி கறுப்பில் எழுதப்பட்ட பலகையொன்றை எடுத்துவந்தேன். "உனது அம்மா நலமாக இருக்கிறாளா?" ராபெர்டா மதிய உணவுக்காகக் கிளம்பிப்போனவள் அன்றைய தினமும் அதற்குப் பிந்தைய நாட்களும் வரவில்லை. இரண்டு நாட்களுக்குப்பிறகு நானும் அங்கு செல்வதை நிறுத்திவிட்டேன். என்னை யாரும் தேடப் போவதில்லை, ஏனெனில் நானெழுதியது யாருக்கும் புரிந்ததும் இல்லை.

அவை வெகு மோசமான ஆறு வாரங்கள். வகுப்புகள் தற்காலிகமாக நிறுத்தி வைக்கப்பட்டன, ஜோசப் அக்டோபர் வரை எந்தப் பள்ளிக்கும் செல்லவில்லை. பிள்ளைகள் - எல்லோருடைய பிள்ளைகளும் - தாங்கள் அற்புதமாயிருக்கும் என நம்பிய நீடித்த விடுமுறைக்காலத்தை விரைவில் சலிப்படையச் செய்வதாக உணரத் தொடங்கினார்கள். கண்கள் அயரும் வரை தொலைக்காட்சி பார்த்தார்கள். இரண்டு நாட்கள், மற்ற அம்மாக்கள் நாங்கள் செய்ய வேண்டியதாகச் சொன்னதால், என் மகனுக்கு பாடம் சொல்லித் தந்தேன். கடந்த வருடம் அவன் படித்திராத பாடத்தை இருமுறை தொடங்கினேன். இரண்டுதடவையும் அவனது கொட்டாவியில் முடிந்தது. மற்றவர்கள் பிள்ளைகளை உற்சாகமாக வைத்திருக்க சந்திப்புகளுக்கு ஏற்பாடு செய்தார்கள். ஆனால் பிள்ளைகளால் கவனம் செலுத்த முடியவில்லை. அவர்கள் மீண்டும் தொலைக்காட்சியில் ஆழ்ந்தார்கள். இறுதியாக, பள்ளி திறக்கப்பட்டபோது ஒன்றிரண்டு இடங்களில் சண்டையும்

சாலையில் காவல் வாகனங்கள் சப்தமெழுப்பியபடி விரைவதும் நடந்தது. அல்பேனியிலிருந்து நிறைய புகைப்படக்காரர்கள் வந்தார்கள். ஏபிசி-யிலிருந்து செய்தி சேகரிக்கும் குழுவொன்று வரவிருந்தவேளையில் தங்களைச் சுற்றி எதுவும் நிகழாதது போல குழந்தைகள் தங்கள் நிலைக்குத் திரும்பினார்கள். "நீ எப்படி அறிவாய்?" எனும் எனது பலகையை ஜோசப் தனது படுக்கையறையில் மாட்டிவைத்தான். "மேலும் குழந்தைகளுக்கும் உண்டு" என்ன ஆனதெனத் தெரியவில்லை. அதைக்கொண்டு எனது மாமனார் மீனைச் சுத்தம்செய்தாரென நினைக்கிறேன். அவர் எப்போதும் எங்கள் வாகனக் காப்பறையின் அருகாமையில் கால்ஃப் ஆடிக்கொண்டிருந்தார். அவருடைய ஐந்து பிள்ளைகளும் நியூபெர்க்கில் வசிக்க தனக்கு இன்னுமதிகமாய் ஐந்து வீடுகள் இருப்பதாக அவருக்கு எண்ணமிருந்தது.

ஜோசப், உயர்கல்வி தேர்ச்சிபெற்ற நிகழ்வில் நான் ராபெர்டாவைத் தேடினேன், ஆனால் அவளைப் பார்க்க முடியவில்லை. அவள் என்னிடம் காரில் சொன்ன விசயங்களால் பெரிய பாதிப்புகள் ஏதும் கிடையாது, அதாவது, உதைத்தது பற்றிச் சொன்னது. நான் அதைச் செய்திருக்கமாட்டேன். ஆனால் அவள் மேகி ஒரு கறுப்பினப் பெண் எனச் சொன்னது என்னைக் குழப்பியது. அதை யோசிக்கையில் என்னால் தீர்மானமாகச் சொல்லமுடியவில்லை. அவள் அடர்ந்த கறுப்பு கிடையாது, எனக்குத் தெரியும், இல்லையெனில் அது எனக்கு நினைவிருக்கும். எனது நினைவில் நின்றதெல்லாம் குழந்தைகள் அணியும் தொப்பியும் அடைப்புக்குறிகள்போல பாதியாய் வளைந்த கால்களும். வெகுகாலம் மேகியின் நிறம்பற்றிய குழப்பத்தைச் சரிசெய்ய முயன்றபடி இருந்தேன். அப்போதுதான் எனக்கு உறைத்தது, ராபெர்டா அதை அறிந்திருந்தாள். நான் அவளை உதைக்கவில்லை; ஜார் பெண்களோடு இணைந்து அந்தப் பெண்ணை உதைக்கவில்லை. ஆனால் கண்டிப்பாக நானதைச் செய்ய விரும்பினேன். நாங்கள் பார்த்துக்கொண்டிருந்தோம், ஆனால் அவளுக்கு உதவவோ, யாரையும் உதவிக்கு அழைக்கவோ முயலவில்லை. மேகி, எனது நடனமாடும் தாய் போன்றவள். காதுகேட்காத, வாய்பேச முடியாதவள். உள்ளுணர்வைத் தொலைத்தவள். இரவில் அழுகையில் அதைக் கண்டுகொள்ளாதவள். பயன்தரும்படி எதையும் சொல்லாதவள். தள்ளாடி ஆடியசைந்து நடப்பவள்.

வசன கவிதை | 69

எனவே, ஜார் பெண்கள் அவளைக் கீழேதள்ளி மோசமாய் நடந்துகொண்டபோது, அவளால் அலறமுடியாது என்பது எனக்குத் தெரியும், அவள் அலறவில்லை - என்னைப்போலவே, நான் மிகவும் சந்தோசமாக உணர்ந்தேன்.

கிறிஸ்துமசை எனது மாமியாரின் வீட்டில் கொண்டாட முடிவுசெய்ததால் எங்கள் வீட்டுக்கு மரம் வேண்டாம் எனத் தீர்மானித்தோம். எதற்குத் தேவையில்லாமல் இரு இடங்களுக்கும் மரங்கள்? ஜோசப் சன்னி நியூ பால்ட்சில் சேர்ந்திருந்த காரணத்தால், நாங்கள் சிக்கனமாக இருப்பதும் அவசியமாகிறது என்றோம். ஆனால் இறுதிக்கணத்தில் நானெனது மனதை மாற்றிக்கொண்டேன். நிலவரம் அத்தனை மோசமில்லை. ஆகவே, சிறியதாகவும் ஆனால் அகலமானதாகவும் மரத்தைத் தேடி நான் நகருக்கு விரைந்தேன். அப்படியொரு இடத்தைக் கண்டடைந்தபோது வெகுதாமதமாகி, பனி பொழிந்துகொண்டிருந்தது. அதுதான் உலகின் அதிமுக்கியமான வேலை என்பதாக நான் நேரத்தை விரயம் செய்தபடியிருக்க, மரங்கள் விற்பவன் பொறுமையிழந்து போனான். இறுதியாக ஒரு மரத்தைத் தெரிவுசெய்து எனது காரின் பின்புறத்தில் கட்டிவைத்தேன். வாகனத்தை மிகவும் மெதுவாகச் செலுத்தினேன். மணல் இயந்திரங்கள் பயன்பாட்டுக்கு வந்திராத சூழலில், பனி நிரம்பிய சாலையில் வேகமாய்ப்போவது தற்கொலைக்கு ஒப்பானது. புறநகர்ப் பகுதியின் சாலைகள் அகலமாகவும் ஆளரவமற்றும் கிடந்தன, சின்னதாய் ஒரு மனிதர்களின் கூட்டம் நீயுபெர்க் விடுதியிலிருந்து வெளியேறிக் கொண்டிருந்தது. அட்டைகளாலும் மட்டரகமான கண்ணாடிகளாலும் நிர்மாணிக்கப்படாத நகரின் ஒரே விடுதி. ஏதேனும் விருந்தாக இருக்கலாம். பனியில் நகர்ந்துகொண்டிருந்த ஆண்களும் பெண்களும் கம்பளியினாலான உடையணிந்திருந்தார்கள். அவர்களது மேலங்கிகளின்கீழே பளபளப்பான பொருட்கள் மினுங்கின. அவர்களைப் பார்ப்பது எனக்கு சோர்வைத் தந்தது. சோர்வு, சோர்வு, சோர்வு. அடுத்த திருப்பத்தில் சாளரங்களில் எண்ணற்ற வளையங்கள்கொண்ட காகித மணிகளால் அலங்கரிக்கப்பட்ட சின்னதொரு உணவு விடுதி தென்பட்டது. வாகனத்தை நிறுத்திவிட்டு உள்ளே நுழைந்தேன், வீட்டுக்குச் சென்று கிறிஸ்துமசுக்கான வேலைகளில் கவனம் செலுத்துமுன்பாக, சின்னதாய் ஒரு கோப்பை காப்பியும் கொஞ்சம் அமைதியும் வேண்டி.

"ட்வைலா?"

அவள்தான். மாலைவேளைக்கான வெள்ளிநிற அங்கியும் அடர்நிறத்தில் கம்பளியினாலான மேலங்கியும். ஒரு ஆணும் இன்னொரு பெண்ணும் உடனிருந்தனர், அந்த மனிதன் சிகரெட் இயந்திரத்துக்கான சில்லறைகளைத் தேடிக்கொண்டிருந்தான். அந்தப் பெண் கௌன்ட்டரின்மீது விரல்களால் தாளமிட்டபடி ஏதோவொரு பாடலை முணுமுணுத்துக் கொண்டிருந்தாள். அவர்கள் சிறிது மது அருந்தியிருந்ததுபோலத் தோன்றியது.

"நல்லது.. நீதானா."

"எப்படி இருக்கிறாய்?"

நான் தோள்களைக் குலுக்கினேன். "பரவாயில்லை. அலைச்சல். கிறிஸ்துமஸ் இல்லையா?"

"எப்போதும் போல்?" கௌன்ட்டரிலிருந்த பெண் வினவினாள்.

"ஆம். போதும்" எனப் பதில்தந்த ராபெர்டா என்னிடம் திரும்பினாள். "எனக்காகக் காரில் காத்திரு."

அவள் எனக்குப் பின்னாலிருந்த அறைக்குள் நுழைந்தாள். "நான் உன்னிடம் சிலவற்றை சொல்லவேண்டியிருக்கிறது ட்வைலா, மறுமுறை உன்னைப் பார்த்தால் கண்டிப்பாகச் சொல்லிவிட வேண்டும் என்றிருந்தேன்."

"நான் எதையும் கேட்க விரும்பவில்லை ராபெர்டா. எப்படியானாலும் அதனால் இப்போது எந்தப் பயனுமில்லை"

"இல்லை" என்றாள். "அதுபற்றியதல்ல"

"தாமதம் செய்துவிடாதே" என்றாள் மற்றவள். அந்தப் பெண், வழமையான பொருட்களை எடுத்துக்கொண்டும் ஆண் தனது சிகரெட் பாக்கெட்டைப் பிரித்தபடியும் வெளியேறிப் போனார்கள்.

"இது மேகி மற்றும் செயிண்ட் போனிஸ் பற்றியது"

"வேண்டாம்"

"நான் சொல்வதைக் கேள். அவள் கறுப்பினத்தைச் சேர்ந்தவள் என்றே நான் நம்பினேன். நான் பொய் சொல்லவில்லை, அப்படித்தான் நான் நினைத்திருந்தேன். ஆனால் இப்போது என்னால் உறுதியாகச் சொல்ல முடியவில்லை. அவளை.. வயதானவளாக, வெகு வயதானவளாக மட்டுமே நினைவிருக்கிறது. அதோடு அவளால் பேசவும் முடியாது - உனக்குத் தெரியும் - நான் அவளை பைத்தியம் என நினைத்தேன். அவள் எனது அம்மாவை வளர்த்த அமைப்பைப் போன்ற மற்றொரு அமைப்பால் வளர்க்கப்பட்டவள், நானும் அப்படித்தான் வளரப்படுவேன் எனவும் நினைத்தேன். நீ சொன்னது சரிதான். நாம் அவளை உதைக்கவில்லை. அந்த ஜார் பெண்கள்தான் அதைச் செய்தது. அவர்கள் மட்டும்தான். ஆனால் உண்மையில், நானும் அதைச் செய்ய விரும்பினேன். அவர்கள் அவளைக் காயப்படுத்த வேண்டும் எனத் தீவிரமாக ஆசைப்பட்டேன். நாமும் அதைச் செய்தோம் உன்னிடம் சொன்னேன். நீயும் நானும், ஆனால் அது உண்மையில்லை. நீ அதைச் சுமந்தலைவதை நான் விரும்பவில்லை. அன்றைக்கு நான்தான் அப்படி நடந்து கொள்ள ஆசைப்பட்டேன் - ஆசைப்படுவதும் நடந்துகொள்வதும் ஒன்றுதான்"

அவளுடைய கண்களின் நீர் மதுவினால் வந்ததென நினைத்துக் கொண்டேன். நான் அப்படித்தான். ஒரு கோப்பை வைன் போதும். சின்ன விசயத்துக்கும் அழத் தொடங்குவேன்.

"நாம் அப்போது சின்னப்பிள்ளைகள், ராபெர்டா"

"ஆம். ஆம். எனக்கும் தெரியும். வெறும் குழந்தைகள்.."

"எட்டு வயது."

"எட்டு வயது."

"மேலும் தனிமையிலும் இருந்தோம்."

"அச்சம்கொண்டிருந்தோம்."

அவள், தன் கன்னங்களை கைகளின் பின்புறத்தால் துடைத்துக்கொண்டு சிரித்தாள். "ஆக, இதுதான் நான் உன்னிடம் சொல்ல விரும்பியது."

நான் தலையசைத்தேன். விடுதியில் துவங்கி காகிதமணிகளின் வழியாகப் பயணித்து சாலையில் பெய்த பனிவரை நிரம்பியிருந்த மவுனத்தை எதைக் கொண்டு நிரப்புவதெனத் தெரியவில்லை. பனி அதிகமாகிக் கொண்டிருந்தது. வீட்டுக்குக் கிளம்புவதைக் காட்டிலும் மணல் இயந்திரங்கள் வரக் காத்திருப்பது நல்லதெனப்பட்டது.

"நன்றி, ராபெர்டா."

"பரவாயில்லை."

"நான் உன்னிடம் சொன்னேனா, எனது அம்மா, அவள் எப்போதும் நடனமாடுவதை நிறுத்தவேயில்லை."

"ஆம், நீ சொன்னாய். போலவே, எனது அம்மா, இறுதிவரைக்கும் உடல் நலமடையவேயில்லை" ராபெர்டா மேசையின்மீதிருந்த கைகளை எடுத்து உள்ளங்கைகளால் தனது முகத்தை மூடினாள். அவற்றைத் தளர்த்தியபோது தீவிரமாய் அழுதுகொண்டிருந்தாள்.

"நாசமாய்ப் போகட்டும், ட்வைலா. அனைத்தும் நாசமாய்ப் போகட்டும். உண்மையில் மேகிக்கு என்னதான் நிகழ்ந்தது?"

- கதவு

∎∎∎

யூசுப் இதிரிஸ் (எகிப்து)
Yusuf Idris (1927 - 1991)

எகிப்தைச் சேர்ந்தவர். நாடகங்கள், சிறுகதைகள், நாவல்கள் எனப் பல தளங்களில் இயங்கியவர். மரபார்ந்த அராபிய மொழிநடையிலிருந்து விலகி எளிய கிராமத்து மனிதர்களின் வாழ்வியலைத் தன் எழுத்தில் பதிவு செய்தவர். மரபுகளிலிருந்தும் புகழ்பெற்ற நாட்டுப்புறப் பாடல்களிலிருந்தும் எகிப்தின் நாடகக்கலைக்கான அஸ்திவாரங்களைக் கண்டடைந்தவர். இளமைக்காலத்தில் கெய்ரோ பல்கலைக்கழகத்தில் மருத்துவம் பயின்றார். எகிப்தின் புகழ்பெற்ற பத்திரிக்கையான அல்-அஹ்ரமில் தொடர்ச்சியாக எழுதி வந்தார். இடதுசாரிக் கொள்கைகளில் பெரிதும் நாட்டம் கொண்டிருந்தவர் இலக்கியத்துக்கான நோபல் விருதுக்கு பலமுறை பரிந்துரைக்கப்பட்டிருக்கிறார். இவரது நாவல் *"City of Love and Ashes"* 1997இல் இலக்கியத்துக்கான "நக்யூப் மஹ்வூஸ்" விருதினை வென்றது.

சதையாலான வீடு

யூசுப் இதிரிஸ்

விளக்குக்கு அடுத்தபடியாக இருக்கிறது மோதிரம். ஊடுருவிப் பரவும் மௌனம் காதுகளைக் குருடாக்குகிறது. மௌனத்தினூடாக நீளும் விரல். மோதிரத்தை அணிகிறது. மௌனத்தினூடாகவே விளக்கைத் தணிக்கிறது. இருளின் ஆதிக்கம். மௌனத்தினூடாகவே, விளக்கைத் தணிக்கிறது.

விதவையும் மூன்று பெண்களும்.

வீடு என்பது ஒற்றை அறை.

மேலும் தொடக்கம் என்பது மௌனம்.

○ ○ ○

தனது முப்பத்தைந்தாவது வயதில் விதவை வளர்த்தியாக, வெளுப்பாக, மெலிந்தவளாயிருக்கிறாள். பெண்களும் வளர்த்தியாய், மேலும் செழுமையாகவும் இருக்கிறார்கள், நீளமாய் வழிந்தோடும் தங்களின் கறுப்பு நிற அங்கிகளை, வருந்துவதற்கோ அல்லது வருந்தாமல் இருப்பதற்கோ அவர்கள் களைவதில்லை. பெண்களில் இளையவளுக்கு வயது பதினாறு, மூத்தவளுக்கு இருபது. விகாரமானவர்கள், அவர்கள் தந்தையின் அடர்பழுப்பு நிற உடலை வரித்திருந்தார்கள். தங்கள் தாயின் தரப்பிலிருந்து எதையும் எடுத்துக்கொள்ளாத இணக்கமற்ற அச்சுகள்.

பகல்நேரங்களில் - கட்டுப்பாடும் மிகக் கடுமையான வறுமையும்கொண்ட அந்த அறை அவர்களுக்கு இடமளிக்கிறது, சற்றுப் பெரிய வீடுகளில் சாதாரணமாக காணக்கிடைக்கும் ஒருவகையான நேர்த்தியை கட்டாயமாகத் தடை செய்கிறது. நான்கு பெண்களில் தொடுகையால் அது இன்னும் பெருகுகிறது. இரவில் அவர்களது உடல்கள் வெதுவெதுப்பான உயிரோட்டம்

நிறைந்த வெட்டப்பட்ட பெருத்த சதைத்துண்டங்களென சிதறிக் கிடக்கின்றன, சில படுக்கையின்மீது, சில அதனைச்சுற்றி, அவற்றிலிருந்து சூடான மூச்சுக்காற்று வெளிப்பட, உறக்கமற்று சிலநேரங்களில் அழுத்தமாய் சுவாசித்தபடி.

ஆணின் மரணம் தொடங்கி மௌனம் ஆட்சி செய்கிறது. நீண்ட உடல்நலக் குறைவுக்குப்பின் அவன் இறந்து இரண்டு வருடங்கள் ஆகின்றன. வருத்தமும் துக்கமும் தீர்ந்தபின்பும் வருத்தத்தைச் சொல்லும் நடைமுறைகள் மட்டும் மீதமிருக்கின்றன, அதன்மீதாக மௌனமும். நீண்ட முடிவற்ற மௌனம், உண்மையில், அது காத்திருத்தலின் மௌனம் என்பதைப்போல. பெண்கள் பெரியவர்களாக வளர்கிறார்கள், எதிர்பார்ப்புகள் நீள்கின்றன, என்றாலும் மணம் செய்யக்கோரி யாரும் வருவதில்லை. மேலும் யார்தான் வறுமையில் வாடும் அவலட்சணமான பெண்களின் கதவைத் தட்டுமளவுக்கு வெட்கம் கெட்டவர்களாக இருப்பார்கள், அவர்கள் அனாதைகளும்கூட எனும்போது? ஆனால் இன்னும் நம்பிக்கை இருக்கிறது, ஒவ்வொரு விதைக்கும் அதற்கான மதிப்புண்டு, தனது கணவனின் வீட்டிலிருக்கும் ஒவ்வொரு பெண்ணும் தவிர்த்து. வறுமை என்பது இருந்தால், அது அங்கே எப்போதும் இருக்கிறது, அதைக்காட்டிலும் வறுமை என்பதும் உண்டு. மேலும் அவலட்சணம் என ஒன்றிருந்தால், கண்டிப்பாக இன்னுமதிகமான அவலட்சணம் என்பதும் இருக்கும். ஆகவே நம்பிக்கைகள் உண்டாகின்றன, சிலநேரங்களில், பொறுமையால் உண்டாகின்றன.

மாறுதல் ஏதுமற்று ஒலிக்கிற, முயற்சியும் உணர்வுமற்ற வாசிப்பின் சப்தம் தவிர்த்து, மௌனம், எதனாலும் குறுக்கிடப்படாததாக இருக்கிறது. குரான் ஓதுபவனின் வாசிப்பு, மேலும் வாசிப்பவன் பார்வையற்றவனாக இருக்கிறான், இறந்துபோன மனிதர்களுடைய ஆன்மாக்களின்மீதாக குரானை வாசிக்கிறான். அவனுடைய வருகைக்கான நேரம் மாறுவதில்லை, வெள்ளிக்கிழமை மதியத்தில் வருகிறான். அவனது கைத்தடி கதவைத் தட்டுகிறது, நீளும் கரங்களுக்குள் தன்னை ஒப்படைக்கிறான், விரிப்பின்மீது அமருகிறான், முடித்த பின்பாகத் தன் காலணிகளைத் தேடி அணிகிறான், யாரும் பதில் சொல்லாவிட்டாலும் வாழ்த்தொன்றை உதிர்க்கிறான், பின்பு நீங்கிப்போகிறான். யாரும் அவனை உணரவோ அல்லது

கவனிக்கவோ செய்யாதவரை, பழகிப் போன வழக்கங்கள், வழக்கமான வாசிப்பு, வழக்கமான புறப்பாடு.

எப்போதும் மௌனம், வெள்ளிக்கிழமையின் வாசிப்பு நேரங்கள் அதை அறுக்கும்வரை, அது மௌனத்தை மௌனத்தால் அறுப்பதாயிருக்கிறது. எப்போதும், காத்திருத்தலைப்போல, நம்பிக்கையைப்போல, எப்போதும் இருக்கும் சிறிய அளவிலான நம்பிக்கைதான், என்றாலும் குறைந்தபட்சம் அதுவொரு நம்பிக்கை, எப்போதும் இருக்கிறது, ஒவ்வொரு பெண்ணுக்கும், மிகச்சிறிய அளவிலேனும். இதைத்தாண்டி அவர்கள் பார்ப்பதில்லை, ஒருபோதும் பார்ப்பதில்லை. ஏதேனும் நிகழும்வரை நீடித்திருக்கும் மௌனம். வெள்ளிக்கிழமை மதியம் வருகிறது, ஆனால் குரானின் வாசிப்பு வரவில்லை. எந்தவொரு ஒப்பந்தத்திற்கும், எத்தனை நீண்டதாயிருந்தாலும், முடிவு உண்டு, ஒப்பந்தம் முடிந்திருந்தது.

என்ன நடந்திருக்கிறது என்பதை விதவையும் பெண்களும் இப்போதுதான் உணர்ந்தார்கள், மௌனத்தை ஊடறுக்கும் ஒற்றைச் சப்தம்கூட இல்லை, ஆனால் அத்துடன், அந்த ஒற்றை மனிதன் மட்டுமே, வாரத்தில் ஒரு தடவை மாத்திரம், தங்கள் கதவைத் தட்டினான் என்பதையும் அவர்கள் புரிந்து கொண்டார்கள். அவர்களைப்போல ஏழ்மையானவன் என்பது உண்மைதான், ஆனால் அவனது உடைகள் எப்போதும் சுத்தமாக இருந்தன, காலணிகள் எப்போதும் பளபளப்பாய் இருந்தன, மேலும் அவனுடைய தலைப்பாகை மிகக் கவனமாக கட்டப்பட்டிருந்தது. அவன் பார்வையின்மையால் முடமாக்கப்பட்டிருந்தான். அவனது குரல் வலிமையாக, ஆழமாக மற்றும் உரத்து ஒலிப்பதாக இருந்தது.

யோசனைகள் தொடங்குகின்றன: ஏன் இப்போதே ஒப்பந்தத்தைப் புதுப்பிக்கக்கூடாது, ஏன் அவனை விசாரித்து ஒரு கடிதத்தை இப்போதே அனுப்பக்கூடாது?.... தொடர்ச்சியான வேலை, களைப்பு, காத்திருப்பதும் புதிதில்லை, மாலை நெருங்குகையில் அவன் வருகிறான். அவன் வாசிக்கிறான். அது, அவன் முதல் தடவையாக வாசிப்பதைப்போல் இருக்கிறது. மேலும் ஒரு யோசனை தோன்றுகிறது, ஏன், நம்மில் ஒருவர் அவனை மணக்கக்கூடாது, இதன் காரணமாக வீட்டை ஒரு ஆணின் குரலால் நிரப்பலாமே?... அவன் தனியாய் இருக்கிறான், துறவு மேற்கொள்ளவில்லை, அத்துடன் இப்போதுதான் அவனுக்கு

மீசை அரும்பத் தொடங்கியிருக்கிறது. அவன் இளைஞனாய் இருக்கிறான், உடன், அவன் நல்லதொரு பெண்ணைத் தேடுவதாகப் பேச்சும் உள்ளது.

பெண்கள் யோசனை தெரிவிக்கிறார்கள், விவாகப் பேச்சின் மற்றும் விதியின் துணையாய் இருக்கப்போவது யாரென்பதை, அம்மா அவர்களுடைய முகங்களைப் பார்த்துத் தீர்மானிக்க முயலுகிறாள். ஆனால் ஒரு வார்த்தையும் சொல்லாமல் முகங்கள் திரும்பிக்கொள்கின்றன, யோசனை என்பது வெறும் யோசனை மட்டுமே, "நாம், நமது விரதத்தை ஒரு பார்வையற்ற மனிதனைக் கொண்டு முடித்துக் கொள்ளலாமா?"... அவர்கள் இன்னும் தங்கள் திருமணங்கள் குறித்தும் பார்வையிருக்கும் மணமகன்கள் குறித்தும் கனவு காண்கிறார்கள்.

"நீ அவனை மணந்து கொள், அம்மா. நீ அவனை மணந்து கொள்."

"நான்?.... உங்களுக்கு வெட்கமாயில்லையா... மக்கள் என்ன சொல்வார்கள்?"

"அவர்கள் சொல்வதை சொல்லிக்கொண்டுதான் இருப்பார்கள்... கணீரென்று ஒலிக்கும் ஆண்களின் குரலற்ற வீடு குறித்து அவர்கள் இன்னும் குறைவாகச் சொல்கிறார்கள்."

"உங்களுக்குமுன்பு நான் மணப்பதா?... வாய்ப்பில்லை."

"எங்களுக்கு முன்பாக நீ திருமணம் செய்துகொள்வது நல்லதில்லையா, அதன் மூலமாக நமது வீடு ஒரு ஆணின் காலடிகளை உணரும், உனக்குப் பிறகு நாங்கள் திருமணம் செய்துகொள்வோம், அவனை மணந்து கொள், அம்மா, அவனை மணந்து கொள்."

அவள் அவனை மணந்துகொள்கிறாள். உயிர்களின் எண்ணிக்கையில் ஒன்று கூடுகிறது, வருமானமும் சிறிது உயருகிறது, உடன் பெரியதாய் பிரச்சினைகளும்.

முதல் இரவு நழுவிப்போனது, இருவர் படுக்கையில் இருக்கிறார்கள், இது உண்மைதான். ஆனால் அவர்கள் இருவருக்கும் மற்றவரைத் தொடும் தைரியமில்லை, தற்செயலென நிகழ்வது மட்டுமே, மூன்று பெண்களும் உறங்குகிறார்கள். ஆனால் அவர்கள் ஒவ்வொருவரும் கணவனை

பரிசோதிக்கிறார்கள், இருவருக்குமான இடைவெளியை துல்லியமாக, மிகக் கச்சிதமாக ஆராய்கிறார்கள், கண்களை ஆராய்கிறார்கள், நிகழ்வதை ஆராய்கிறார்கள், ஆயத்தங்களை ஆராய்கிறார்கள்.

அவர்களது இருப்பின் காரணமாக, அறை, இரவிலும் ஒளியால் நிரம்பியிருப்பதைப் போல மாறிக்கொண்டிருப்பதை, பெண்கள் அறிய, புரிந்து கொள்ள, உணரத் தொடங்கினார்கள். மதியநேரங்களில், சொல்ல வேறேதும் காரணங்கள் அவர்களிடம் இல்லாதநிலையில், ஒருவர்பின் ஒருவராக அவர்கள் வெளியேறினார்கள், விருப்பம் இல்லாதவர்களாக, வெட்கம் நிரம்பியவர்களாக, ஒவ்வொரு அடியாய் எடுத்துவைத்து, சூரிய அஸ்தமனத்தின்போது, ஆணிடம் திரும்பி வரும்வரை. அவன் நெருங்கும் வரை அவனுக்காகத் தாமதித்து பின், குழப்பத்தோடும் ஆச்சரியத்தோடும் அவர்கள் வேகமாய் விலகிச் சென்றார்கள்.

அவன் சிரிக்கிறான், கேலியாகச் சிரிக்கிறான். ஒரு பெண்ணின் கேலிச்சிரிப்பு குறுக்கிடுகிறது. அவளது அம்மா, சிரிக்கிறாள் என்பதில் எந்தச் சந்தேகமுமில்லை, மேலும் அந்த மனிதன், நற்பண்புகள் நிரம்பிய, எளிய மற்றும் கடவுள்மீது பற்றுக்கொண்ட மனிதன் என்பதைத் தவிர்த்து வேறு எப்படியும் அறியப்படாதவன், அவனும் சிரிக்கிறான். அம்மா அவர்களை கட்டியணைத்து வரவேற்கிறாள், இன்னும் சிரித்தபடி, அவளது கேசம் ஈரத்தால் நாணம் கொண்டிருக்கிறது, மென்மேலும் சிரித்தபடி, சுருக்கங்கள் நிறைந்த சிலந்திவலையைப் போன்ற அவளது முகம், அவர்களுக்கு முன்னால், விளக்கின் வெளிச்சத்தில், பிரகாசமான மின்சார விளக்கைப் போல, சட்டென்று ஒளியால் நிரம்பியிருந்தது. அவளது கண்கள் மின்னுகின்றன. கண்ணீர்த்துளிகள் பிரகாசிக்க, கண்கள் தெளிவாக மாறியிருக்கின்றன, கற்சுரங்கத்தினடியில் வசித்துவந்ததைப் போலிருந்த கண்கள்.

மௌனம் மெதுவாய்த் தேய்ந்து, முற்றிலுமாய் மறைந்துபோனது. இரவு உணவின்போது, இரவு உணவுக்குப்பின்பாக, இரவு உணவுக்குமுன்பாக, ஹாஸ்யங்கள் சொல்லப்பட்டன, கதைகளும், உடன் பாடல்களும் உண்டு. அவனது குரல் இனிமையாய் இருக்கிறது, பிரபல பாடகர்களான உம் குல்தம் மற்றும் அப்த் அல் வகாப் ஆகியோரை நகல் செய்து

அவன் பாடுகிறான். அவனது குரல் ஓங்கியொலிக்கிறது, மகிழ்ச்சி நிரம்பிவழியும் மென்மையான குரல், அம்மாவிற்காக சிறந்ததொரு கச்சேரியை நிகழ்த்துகிறது. மறுதினம், நகைப்பு மனிதர்களை ஈர்க்கிறது. மேலும் மனிதர்கள்தான் மனிதர்களுக்கான உணவு.

ஓ, இந்தப் பெண்கள். நாளை மனிதர்கள் வருவார்கள், இருவரின் திருமணத்தின்போது ஆர்ப்பரித்து உற்சாகமூட்டுவார்கள். ஆனால் எது நடக்க இருக்கிறது என்பதன் உண்மை அவளை ஆக்கிரமிக்கிறது. வருகிற மனிதர்கள் அல்லது இருவரின் திருமணம் என்பதில்லை அது. மாறாக, அவனொரு இளைஞன், பார்வையற்றவனாக இருந்தால்தான் என்ன, என்றாலும் பெரும்பாலான மனிதர்கள் பார்வையற்றவர்களின் கருத்துகளை நிராகரிப்பார்கள், அவர்கள் பார்வையற்றவர்கள் என்பதற்காக மட்டும். இந்த இளைஞன் பலம்பொருந்தியவனாக இருக்கிறான், வலிமையுடன், உயிர்ப்பும் கொண்டவனாக. இரண்டு வருடங்களின் நோய்மையையும் செயலற்ற தன்மையையும் முடிவுறாத முதுமையையும் தாண்டி, இதுதான் அவளை திருப்திகொள்ளச் செய்கிறது.

மௌனம் நீங்கிச்செல்கிறது, ஒருபோதும் திரும்பாது என்பதைப்போல. வாழ்வின் இரைச்சல் இன்னும் தீர்க்கமாயிருக்கிறது, மேலும் அந்தக் கணவன், அவளது கணவன், அவளிடம் அனுகூலமாய் இருக்கிறான். அல்லாவும் அவருடைய தூதுவனும், எதுதான் தவறாகக்கூடும். அவன் உனக்குச் செய்திடும் அனைத்தும் அனுமதிக்கக்கூடியதே. அவள் சந்தேகம் கொள்ளாதவரை அல்லது இரகசியங்களால் தன்னை திரையிட்டுக் கொள்ளாதவரை. இரவின் வருகையில் அவர்கள் அனைவரும் ஒன்றாய் இருக்கும்வரை. புலன்கள் விழித்துக் கொள்கின்றன, அவர்களது உடல்களும். அவளது பெண்கள் சிதறுண்டு தனித்தனியாக இல்லாதவரை, உணர்ந்தும் புரிந்துகொண்டும், தடுமாறும் மூச்சுகளும் குரல்களும், படுக்கையில் அசைவற்று, அவர்களின் இயக்கங்களைக் குறைத்து, திடீரென இருமலும் முனகல்களும் தனித்த முணுமுணுப்புகளும் எழுகின்றன என்பது இல்லாதவரை.

அவளது பகல்கள் செல்வந்தர்களின் இல்லங்களில் உடைகளைத் துவைத்துக் கொண்டிருந்தன. அவனது பகல்கள் ஏழைகளின் வீடுகளில் குரான் வாசித்துக் கொண்டிருந்தன. ஆரம்பத்தில்

மதியநேரங்களில் அறைக்குத் திரும்புவது அவனது வழக்கமாக இருந்திடவில்லை. ஆனால் இரவு நீள்கிறது, அவன் உறக்கத்தைத் தொலைத்தவனாய் இருக்கிறான். ஆகவே, மதியங்களில் திரும்பி வரத் துவங்கினான், இரவுகளில் துயருரும் தனது உடல் ஓய்வுகொள்ள, இப்போது அவன் வரவிருக்கும் இரவுக்குத் தயாராயிருக்கிறான். ஒருமுறை, திகட்டச் செய்திட்ட இரவுக்குப்பின்பாக, ஒவ்வொரு இரவையும் திகட்டும்படியாகவே அனுபவிக்கிறான், அவன் அவளிடம் திடீரென கேட்கிறான்: மதியநேரங்களில் அவளுக்கு என்ன நேர்கிறது, மேலும் இன்றைக்கு அந்த நேரங்களில் மணிக்கணக்கில் அமைதியாக இருந்தவள் ஏன், இப்போது மட்டும் இத்தனை வேகமாகப் பேசுகிறாள். போலவே, ஏன் இப்போது மட்டும் திருமண மோதிரத்தை அணிந்திருக்கிறாள். திருமணத்துக்கென அவன் அவளுக்குத் தர முடிந்தது அந்த மோதிரம் மட்டுமே. எனில், ஏன் அவள் மதியநேரங்களில் அதை அணிவதில்லை?

அவள் பயத்தில் துடிப்பதும், திகைத்து நிற்பதும், அலறி அரற்றுவதும் - எல்லாம் சாத்தியம்தான். அவள் அமைதியாக ஒதுங்கிக்கொள்ளும் சாத்தியமும் உண்டு. அவள் அவனை ஏமாற்றும், வினோதமான, அனர்த்தம் எனும்படியாக அர்த்தம்கொள்ளும் விளக்கத்தை, அவனிடம் சொல்லாமல்போகும் சாத்தியமும் இருந்தது.

ஆனால் இவையனைத்தையும் சின்னதொரு திணறல் திரையிடுகிறது, அவளது சுவாசத்தையும். அவள் வாயடைத்துப் போகிறாள். அவளது காதுகள் நாசியாய், புலன்களாய், கண்களாய் மாறுகின்றன. நிகழும் எதுவொரு செயலும் முதலில் அறியும்படியாக அவள் தன்னை கண்காணிக்கச் செய்தாள். ஏதோவொரு காரணத்திற்காக, அவள் தீர்மானமாக நம்புகிறாள், அது நடுவிலிருக்கும் பெண் தான். விசையூட்டப்பட்ட தோட்டா துளைத்தாலும் மரிக்காதென்பதைப் போல அவளது கண்களில் ஒரு துணிச்சல் உண்டு. என்றாலும் எதையும் கவனிக்கும்படி அம்மா தன்னை மாற்றிக்கொள்கிறாள். மூன்று பெண்களின் சுவாசமும், காய்ச்சல் கண்டதைப் போல சூடாக, வெதுவெதுப்பாக, ஆசைகள் பொங்க, ஆழமாகவும் சத்தம் ஏற்படுத்துவதாகவும் இருக்கின்றன. அவள் தயக்கம்கொண்டிருக்கிறாள், தனியாகப் படுக்கிறாள். குழப்பமான கனவுகள் அவளை தொந்தரவு செய்கின்றன. தாகம் ததும்பும் பூமியிலிருந்து வெளிக்கிடும் நீராவியென சீரில்லாத சுவாசம்

ஒரு சீறலாக மாறுகிறது. ஆழமாகவும் தனக்குள் எல்லைகள் வகுத்துக்கொண்டும் அவளது மனவருத்தம் அதிகரிக்கிறது. உற்றுக் கவனித்தாலும், தனக்கு வேண்டியது கிட்டாமல், அவள் தனது அனைத்துப் புலன்களாலும் சுவாசிக்கிறாள், என்றாலும் அவளால், வீறிட்டுக்கொண்டும் முனகியபடியும், நிம்மதியாய் சுவாசித்தபடி, சுவாசிக்காமல், ஒருவேளை உதவி நாடி, ஒருவேளை யாசித்தபடி, ஒருவேளை என்ன வேண்டுமானாலும் செய்தபடி கிடக்கும், நிலைக்குள் அடுக்கப்பட்ட ஒரு வெதுவெதுப்பான சதைக்குவியலுக்கும் மற்றொன்றுக்குமான வித்தியாசத்தை உணர முடிவதில்லை.

அவள், தனது இரண்டாவது கணவனுக்குள் முழுதும் மூழ்கியிருந்தாள், முதல் கணவனை மறந்திருந்தாள். மகள்களுக்கோ, மணமகன்கள் எனும் கானல்நீர் இனிமேலும் தோன்றுவதில்லை என்றில்லாதவரை, பொறுமை கசப்பான மருந்தாக மாறியிருந்தது. திடீரென தீண்டப்பட்டதில், மர்மங்களின் வேண்டுகோளால் பயந்தவளாக, சட்டென்று எழுப்பப்பட்டவர்களைப் போல அம்மா மாறியிருந்தாள்: பெண்கள் பஞ்சத்தில் வாடுகிறார்கள். உணவு மறுக்கப்படுகிறது. அவர்கள் ஆரோக்கியமாய் இருக்கிறார்கள், ஆனாலும் உணவு மறுக்கப்படுகிறது. தடை செய்யப்படும் பசியைப்போல மோசமானவொன்று வேறேதுமில்லை. அவள் அவனை அறிவாள். அவன் அவளை அறிவான், அவளது ஆன்மாவைக் குளிரச்செய்து அவளுடைய உடலை நுகர்கிறான், அவள், அவனை அறிவாள். மேலும் திகட்டக்கூடியது என்பது எப்போதும் திகட்டக்கூடியதே, என்றாலும் அவனது சுவையை மறப்பதென்பது இயலாத காரியம்.

தனது பிள்ளைகளுக்காகத் தன் உணவை எடுத்துத் தரக்கூடியவள், அவர்கள் பசியாயிருக்கும்போது உணவிட வேண்டும் எனப் பதறியவள், அவள் இப்போது வாடுகிறாள். அவள் அவர்களுடைய அம்மா. அவள் அதை மறந்தாளா?

அவளை அது அழுத்திக்கொண்டிருந்தது, மனதின் வருத்தத்தை மௌனமாக மாற்றியது. அம்மா மௌனத்தில் ஆழ்ந்தாள், அந்தக் கணத்திலிருந்து, மௌனம் அவளை நீங்குவதில்லை. காலையுணவின்போது, தனக்கு முன்னால் இருப்பவர்களை அவள் மதிப்பிடுகையில், நடுவிலிருந்தவள் மௌனமாக இருந்தாள். மேலும் எப்போதும் மௌனமாக இருந்தாள்.

இரவுணவுக்கான வேளை வருகிறது, பார்வையற்றவனும் குதூகலம் நிரம்பியவனாகவும் உள்ள இளைஞன், இப்போதும் ஹாஸ்யங்கள் சொல்கிறான், பாடிக்கொண்டும் சிரித்துக்கொண்டும் இருக்கிறான், ஆனால் இளையபெண்ணும் மூத்தவளும் மட்டும் அவனோடு சிரிப்பில் இணைந்து கொள்கிறார்கள்.

நீண்ட அமைதி, கசப்பை நோய்மையாக மாற்றுகிறது, அதிலிருந்து யாரும் தப்புவதில்லை.

ஒருநாள், மூத்தவள், தன் தாயின் விரலிலிருக்கும் மோதிரத்தை அதிசயத்தபடி பேசிக்கொண்டிருக்கிறாள். அம்மாவின் இதயம் வேகமாய்த் துடிக்கிறது, இந்த ஒருநாள் மட்டும் தாயின் மோதிரத்தை தான் அணியத் தரும்படி அந்தப் பெண் கேட்க, அது இன்னும் அதிகமாய்த் துடிக்கிறது. மௌனத்தினூடாக அம்மா மோதிரத்தை தன் விரலிலிருந்து எடுக்கிறாள், மேலும் மௌனத்தினூடாக, காத்திருக்கும் தனது மூத்த மகளின் விரலில் மோதிரத்தை அணிவிக்கிறாள்.

மறுநாள் இரவுணவின்போது மௌனம் ஆட்கொள்கிறது, மூத்தமகள் பேச மறுக்கிறாள்.

பார்வையற்ற இளைஞன் ஹாஸ்யங்கள் சொல்கிறான், பாடுகிறான், சிரிக்கிறான், ஆனால் இளையபெண் மட்டுமே அவனோடு இணைந்து கொள்கிறாள்.

ஆனால் இளையவள் வேகமாக வளர்கிறாள், மோதிரத்தைக் கொண்டு நடக்கும் ஆட்டத்தில் தனக்கான பாத்திரம்குறித்து கேட்கத் தொடங்குகிறாள், மௌனத்தினூடாக, அவளுக்கொரு பாத்திரம் கிடைக்கிறது.

விளக்குக்கு அடுத்தபடியாக இருக்கிறது மோதிரம். நிலைபெற்ற மௌனம் காதுகளைக் குருடாக்குகிறது. மேலும் மௌனத்தினூடாக, பாத்திரத்தை ஏற்றிருப்பவரின் விரல் நீள்கிறது, மோதிரத்தை அணிகிறது. மௌனத்தினூடாகவே, விளக்கையும் அணைக்கிறது. இருள் வியாபிக்கிறது. இருள் கண்களைக் குருடாக்குகிறது. கூச்சலும் பாடலும் பார்வையற்ற இளைஞனைத் தவிர்த்து வேறு யாரிடமுமில்லை.

கூச்சலும் ஆரவாரமும் தவிர்த்து, அவனை பொறுமையின் எல்லை வரை இட்டுச்செல்லும் மௌனத்துக்கெதிராக

கிளர்ந்தெழச் செய்திட, ஆசை இரகசியமாக காத்திருக்கிறது. மறுபுறம், அவன் அறிய விரும்புகிறான், மேலும் அவன் நம்பிக்கையோடு அறிய விழைகிறான். அவன் தனக்குத்தானே சொல்லிக்கொள்கிறான், இது பெண்களின் இயல்பிலிருப்பது, எப்போதும் ஒரேபோல இருக்க மறுத்து அவர்கள் ஒன்றிலிருந்து மற்றொன்றாக உருமாறியபடியே இருக்கிறார்கள். ஒருசமயம் அவள், பனித்துளிபோல அத்தனை தூய்மையானவளாக இருக்கிறாள், மறுசமயம் இருள் நிரம்பிய குளமென களைப்பால் ஆட்கொள்ளப்பட்டவளாக இருக்கிறாள். ஒரு நேரம் தீண்டுவதற்கு மென்மையான ரோஜா இதழெனவும், மறுநேரம் முள் நிறைந்த பேரிக்காயைப் போல மிகக் கடுமையாகவும். மோதிரம் எப்போதும் இருப்பது உண்மைதான், ஆனால் அதை அணிந்திருக்கும் விரல்தான் ஒவ்வொரு முறையும் வெவ்வேறாக இருக்கிறது. அவன் கிட்டத்தட்ட அறிந்திருக்கிறான், அவர்களும், கண்டிப்பாக, பெண்கள் அனைவரும் அறிவார்கள், ஆகவே, ஏன் அவர்கள் மௌனம் குறித்துப் பேசக்கூடாது. ஏன் பேசக்கூடாது?

ஆனால் இரவுணவின்போது கேள்வி அவர்களை அழுத்துகிறது, அவன் மௌனம்குறித்துப் பேசினால் என்னாகும்?.... அவள் பேசினால் என்னாகும்?

இந்த ஒரு கேள்வி மாத்திரமே தொண்டையிலிருக்கும் கவளத்தை உண்ணவியலாமல் தடுக்கிறது.

மௌனம் அவளுக்கு பாதுகாப்புத் தருகிறது, அவள் அதனின்று விலக மறுக்கிறாள்.

ஆனால் அவன்தான் ஏதோவொரு தீமை நிகழ்வதாக அச்சம்கொள்கிறான், எனவே, மௌனத்தைக் கீறுகிறான். அநேகமாக, ஒரு மாலைப்பொழுதில், மௌனத்தின் மாளிகையிலிருந்து, ஒரு வார்த்தை நழுவுகிறது, மௌனத்தின் மாளிகை சிதைந்தால் பெரும் மனவருத்தம் அவனை வந்தடையும் என்றாகிறது.

முன்பின் அறிந்திராத வினோதமான மௌனம் எழும்புகிறது, அது அனைத்துக்குமான புகலிடமாய் விளங்குகிறது.

இந்தமுறை தன்னிச்சையான மௌனம்; வறுமையாலோ, பொறுமையாலோ அல்லது விரக்தியாலோ உருவானதல்ல.

உண்மையில், இது இன்னும் ஆழமான மௌனம், ஒப்பந்தத்தின் மௌனம், வெகுதீவிரமானதொரு ஒப்பந்தம், யாதொரு ஒப்பந்தமும் செய்து கொள்ளாதிருப்பதின் ஒப்பந்தம்.

○ ○ ○

விதவையும் மூன்று பெண்களும்.

வீடு என்பது ஒற்றை அறை.

உடன் புதுப்பிக்கப்பட்ட மௌனம்.

மேலும் இந்தப் பார்வையற்ற விருந்தினன், மௌனத்துடன் சேர்ந்துவருபவன், மேலும் இந்த மௌனத்தை தக்கவைப்பதன்மூலமாக படுக்கையை அவனோடு பகிர்ந்துகொள்வது எப்போதும், தூய்மையான மற்றும் தனக்கு அனுமதிக்கப்பட்ட, அவனது மனைவிதான் என்பதை தனக்குத்தானே உறுதி செய்து கொள்கிறான். அவனது மோதிரத்தை அணிந்திருக்கிற இளமையான அல்லது முதிர்ந்த, மென்மையான அல்லது கடினமான, மெலிந்த அல்லது தடித்த பெண், இது அவளது பிரச்சினை, அவளுடையது மட்டுமே. இது பார்வையுள்ளவர்களின் கடப்பாடு, அவர்களுக்குமட்டுமேயான பொறுப்பு. நிச்சயத்தன்மையின் ஆசிர்வாதங்கள் அவர்களுக்கு உண்டு. பார்ப்பதை வேறுபடுத்திப்பார்க்கும் திறன் அவர்களுக்கு உண்டு. எதுவரை அவனிடமிருந்து பார்வை பறிக்கப்பட்டிருக்கிறதோ, அதுவரைக்கும் அவனிடமிருந்து நிச்சயத்தன்மையும் பறிக்கப்பட்டதாகவேயிருக்கும். அவன் பார்வையற்றவனாய் இருக்கிறான், எந்தவொரு பழியும் பார்வையற்றவர்களைச் சேர்வதில்லை.

எந்தவொரு பழியும் பார்வையற்றவர்களைச் சேர்வதில்லை?

- அடவி

■■■

லூயிசா வெலன்சுயேலா (அர்ஜெண்டினா)

Luisa Valenzuela (1938)

நாவலாசிரியர் மற்றும் சிறுகதை எழுத்தாளர். இவரது எழுத்துகள் பரிசோதனைத்தன்மையோடும் பெண்ணியப்பார்வையோடும் சமூக அடுக்குகளைக் கேள்வி கேட்பவையாக தனிச்சிறப்புடன் அமையப் பெற்றிருப்பவை. 1970களின் அர்ஜெண்டினாவில் நடந்த சர்வாதிகார ஆட்சிக்கு எதிராக இயற்றிய படைப்புகள் மூலம் உலகெங்கும் பெரிதும் அறியப்பெற்றார். அவரது படைப்புகளான *"Como en la guerra (1977), Cambio de armas (1982)* மற்றும் *Cola de lagartija (1983)"* ஆகியவை சர்வாதிகாரத்திற்கு எதிரான சக்திவாய்ந்த திறனாய்வுரையாகத் திகழ்ந்தன. சமூக அமைப்பை கேள்விக்குட்படுத்தி பாலுறவு மற்றும் பாலின உறவுமுறைகளின் சக்தி வாய்ந்த அமைப்பை ஆராய்ந்தன. சர்வதேச அளவில் பல்வேறு விருதுகளையும், பாராட்டுகளையும் பெற்றுள்ளார்.

கொலை செய்ய(வினைச்சொல்)

லூயிசா வெலன்சுயேலா

அவன் கொலை செய்கிறான் - அவன் கொலை செய்தான் - அவன் கொலை செய்வான் - அவன் கொலை செய்யலாம் - அவன் கொலை செய்திருக்கிறான் -முன்பும் அவன் கொலை செய்திருக்கிறான் - அவன் கொலை செய்விப்பான் -அவன் கொலை செய்திருக்கலாம் - அவன் கொலை செய்து கொண்டிருக்கிறான் - அவன் கொலை செய்துகொண்டிருந்தான் - அவன் கொலை செய்துகொண்டிருந்திருக்கலாம் - அவன் கொலை செய்வித்துக் கொண்டிருப்பான் - அவன் கொலை செய்துகொண்டிருப்பான் - அவன் கொலை செய்து கொண்டிருக்கலாம் - அவன் கொலை செய்யக்கூடும்.

இவ் வகைமாதிரிகள் அல்லது வெவ்வேறு காலஉருபுகளில் எதுகுறித்தும் எங்களால் தீர்மானிக்க முடியவில்லை. அவன் கொலை செய்தான், அவன் கொலை செய்வான், அவன் கொலை செய்யப்படுவான்? அவன் கொலை செய்வதாக நாங்கள் நம்பினோம், தனது ஒவ்வொரு அசைவிலும், ஒவ்வொரு மூச்சிலும், ஒவ்வொரு... அவன் எங்களை நெருங்கிவருவதை நாங்கள் விரும்புவதில்லை என்றபோதும் கடற்கரையில் க்ளாம்களை* தேடிப் போகையில் அவனைக் கடந்துசெல்கிறோம். நாங்கள் வடக்கிலிருந்து தெற்கு நோக்கிப் போகிறோம், அவன் தெற்கிலிருந்து வந்து வடக்கு நோக்கிச் செல்கிறான், சமுத்திரக்கரையின் மணல்மேடுகளுக்கு அருகாமையில், கூழாங்கற்களைத் தேடியபடி. அவன் எங்களைப் பார்க்கிறான். நாங்கள் அவனைப் பார்க்கிறோம் - அவன் கொலை செய்தான், அவன் கொலை செய்விப்பான், அவன் கொலை செய்துகொண்டிருப்பான்? க்ளாம்கள் நிரம்பிய எங்களது பையைத் தவறவிட்டு, அவன் எங்களைக் கடந்து வெகுதூரம் செல்லும்வரை, ஒருவர் கைகளை மற்றவர் இறுகப் பற்றிக்கொள்கிறோம்.

தன்னுடைய கூழாங்கற்களில் எதையும் அவன் எங்கள்மீது வீசுவது இல்லை அல்லது எங்களைப் பார்க்கவெனத் திரும்புவதும் கிடையாது, என்றாலும் அதன் பின்பாக வளைகள் தோண்டவும் க்ளாம்களைப் பொறுக்கவும் எங்களால் திரும்பிப் போக முடிவதில்லை.

மற்றொருநாள், அவன் கடந்துபோனபிறகு, கடற்கரையில் நீர்ப்பறவையொன்று காயம்பட்டுக் கிடந்ததைக் கண்டோம். அதை வீட்டுக்கு எடுத்துச் சென்றோம், பாவப்பட்ட ஜீவன், செல்லும் வழிநெடுக அதனிடம் பேசிக்கொண்டிருந்தோம், அவனைப்போலல்லாது நாங்கள் நல்லவர்கள், எங்களைக் கண்டு அது பயம் கொள்ளத் தேவையில்லை, மேலும் குளிர்ந்த காற்று அதன் உடைந்த சிறகுகளைக் காயம் செய்யாதபடி எனது ஸ்வெட்டரை அதற்குப் போர்த்தினோம். பின்பாக அதை வேகவைத்து உண்டோம். சற்றுக் கடினமாக இருந்தாலும் சுவையாகவே இருந்தது.

மறுநாள், மீண்டும் கடற்கரைக்கு நடக்கச் சென்றோம். நாங்கள் அவனைப் பார்க்கவில்லை அல்லது ஒரு காயம்பட்ட நீர்ப்பறவையையும். அவன் மோசமானவன். ஆனாலும் மிருகங்களை ஈர்க்கும் ஏதோவொன்று அவனிடம் இருக்கிறது. நாங்கள் மீன்பிடிக்கையில் நிகழ்ந்ததைச் சொல்லலாம்; சின்னதொரு மீன்கூட கிடைக்காமல் பல மணி நேரங்கள் கடந்துபோயின, அவன் வரும்வரைக்கும், அதன்பிறகே நாங்கள் இந்த அழகிய ராஜகம்பீரமான மீனைப் பிடித்தோம். அவன் எங்களுடைய மீன்பிடித்தல் பற்றி எதுவும் சொல்லவோ, புன்னகைக்கவோ இல்லை, அதுவும் ஒருவகையில் நல்லதே, ஏனெனில் இப்போதுள்ள நீண்ட கடினமான மயிர் மற்றும் பளபளக்கும் கண்களின் காரணமாக அவனது முகம் முன்னெப்போதையும்விட அதிகமாக ஒரு கொலைகாரனின் முகமெனத் தோன்றியது. அது ஒன்றுமில்லை என்பதாக அவன், தனது கூழாங்கற்களை சேகரித்துக் கொண்டிருந்தான், தான் கொலை செய்த, கொல்லப் போகிற, கொன்ற அனைவரையும்பற்றி எண்ணியபடி.

அவன் வருகையின்போதெல்லாம் நாங்கள் பயத்தில் உறைந்துபோகிறோம். நமது முறையும் வருமோ, என்றேனும்? பள்ளியில் கொலைசெய்ய எனும் வினைச்சொல்லின் பலகால உருபுகளைச் சொல்லுவோம், அப்போது எங்கள் முதுகெலும்பில்

உணரும் நடுக்கம், கடற்கரையில் கூழாங்கற்களைச் சேகரித்தபடி தைரியமாக நடந்துபோகும் அவனை நாங்கள் பார்க்கையில் உணருவதோடு ஒப்பிட்டால், ஒன்றுமில்லை என்பதாயிருக்கும். கடற்கரையில் நாங்கள் உணருகிற நடுக்கம் உடலினடியில் எங்கோ உறைந்து எங்களது எலும்புகளை சில்லிடச்செய்யும், கடற்காற்றைப் போல. அவன் இந்தக் கூழாங்கற்கள் அனைத்தையும், தான் கொலை செய்தவர்களின் கல்லறைகள் மீது வைப்பதற்கெனச் சேகரிக்கிறான், அவை வெகு சிறியதான கூழாங்கற்கள் என்றாலும் ஒளி ஊடுருவக்கூடியவையாக இருந்தன, அவ்வப்போது அவற்றை சூரியனுக்கு எதிராக உயர்த்திப் பார்ப்பான், சூரியனின் இருப்பை தனக்குத்தானே உறுதி செய்துகொள்வதாக.

அவன், தன்னுடைய நேரம் முழுமையும் கூழாங்கற்களைச் சேகரிப்பதில் கழிக்கிறான் எனும்போது, அவன் அவற்றை உண்பதே அதற்குக் காரணமாக இருக்கமுடியும் என அம்மா சொல்வாள். உணவைத் தாண்டி வேறெது பற்றியும் அம்மா யோசிப்பதில்லை, அவன் கண்டிப்பாக வேறு எதையோதான் உண்ணுகிறான். அவனால் கொலைசெய்யப்பட்டவர்களின் இறுதி மூச்சுகள் - இதுபோல. ஒரு மனிதன் பல வருடங்களாய்ச் சேமித்துவைத்திருக்கும் அத்தனையும் உள்ளடக்கிய இறுதி மூச்சைக்காட்டிலும் அதிக சத்து நிரம்பியதாகவும் உறுதியானதாகவும் வேறேதும் இருக்கமுடியாது. மெலிதாய்க் கசியும் அதன் நறுமணத்தை எப்படித் திருடுவதென்பதை அவன் ரகசியமாய் அறிந்திருக்கக்கூடும், எனவேதான் அவனுக்கு வைட்டமின்கள் தேவைப்படுவதில்லை. ஓர் இரவுப்பொழுதில் அவன் எங்களுக்காக வரக்கூடும் என்றும் கடந்துபோன இத்தனை வருடங்களாக நாங்கள் சேர்த்திருக்கும் அனைத்தையும் அவன் எடுத்துக்கொள்வான் எனவும் நானும் எனது சகோதரியும் அஞ்சுகிறோம். நாங்கள் நன்றாக உண்ணக்கூடியவர்கள் என்பதால் பயம் கொள்கிறோம்.

நாங்கள் சரியானவிகிதத்தில் உணவு எடுத்துக்கொள்கிறோம் என்பதை அம்மா எப்போதும் உறுதி செய்துகொள்வாள். ஆகவே, இங்கே அவற்றின் விலை அதிகமாயிருந்தாலும் பழங்களையும் காய்கறிகளையும் உட்கொள்ளாமல் இருந்தது கிடையாது. உடன், க்ளாம்களில் அயோடின் அதிகமிருப்பதாக அம்மா சொல்கிறாள். மேலும் சலிப்பூட்டக்கூடியவையாக இருந்தாலும்கூட, நாங்கள் எடுத்துக்கொள்வதில் மிகவும்

ஆரோக்கியமான உணவு மீன்தானெனவும் சொல்லுவாள். ஆனால் அவனைப் பொறுத்தமட்டில், எதுதான் சலிப்பூட்டுவதாக இருக்கமுடியும், ஏனெனில் அவன் தன்னால் துன்புறுத்தப்பட்டவர்களைக் கொல்லுகையில் (அனைவரும் பெண்கள், கண்டிப்பாக) நானும் எனது சகோதரியும் எண்ணுகிற மிகக் கொடூரமான செயல்களனைத்தையும், சின்னதொரு விளையாட்டெனவே செய்கிறான். நானும் எனது சகோதரியும் தன்னிடம் சிக்கிக்கொண்டவர்களைக் கொல்லும்முன்பாக வேடிக்கை என்பதாய் அவன் செய்யக்கூடியவைபற்றி பேசுவதில் பல மணி நேரங்களைக் கழிப்போம். அவனைப்போன்ற சீரழிந்த மனிதர்கள்குறித்து பத்திரிகைகள் எப்போதும் பேசுகின்றன, ஆனால் அவர்கள் அத்தனைபேரைக் காட்டிலும் அவன் மோசமானவன், ஏனெனில் அவன் வேறெதையும் உண்ணுவதில்லை.

மற்றொருநாள் சிறியதொரு நிலத்தில், தான் வளர்த்துவரும் லெட்டூஸ்களோடு பேசிக்கொண்டிருக்கையில் நாங்கள் அவனைக் கண்காணித்தோம் (தரங்கெட்டவன் என்பதோடு, அவனொரு பைத்தியம்). அவன் மிகுந்த பிரியத்தோடு அவற்றோடு பேசிக்கொண்டிருந்தான், அந்த லெட்டூஸ்கள் விசம் நிரம்பியவை என்பதை நாங்கள் அறிவோம். மறுபுறம் நாங்கள், எங்கள் லெட்டூஸ்களிடம் ஒரு வார்த்தையும் சொல்லியதில்லை, இருந்தாலும் கடினமாயிருக்கும் அவற்றை எண்ணையும் எலுமிச்சையும் கலந்து நாங்கள் உண்ணவேண்டியதாயிருக்கிறது, ஏனெனில் அவற்றில் நிறைய வைட்டமின்கள் இருப்பதாக அம்மா சொல்லுகிறாள். மேலும் இப்போது நாங்கள் இந்த வைட்டமின்களை விழுங்கநேர்கிறது. அவனுக்காக. அநியாயம், ஏனெனில் எத்தனை ஆரோக்கியமானவர்களாக நாங்கள் இருக்கிறோமோ, அத்தனை அதிகமான மகிழ்ச்சியையும் திருப்தியையும் எங்களால் அவனுக்குத் தர முடியும், நாளிதழ்களில் நாங்கள் பார்ப்பதும் பகல்கனவு காண்பதுமாய் இருக்கிற பயங்கரமான விசயங்களை அவன் எங்கள்மீது நிகழ்த்திட வருகையில், முழுவதும் வைட்டமின்கள் நிரம்பிய எங்கள் இறுதிமூச்சுகளின் பலத்த காற்றை அவன் விழுங்கும்முன்பாக. இதுமாதிரியான அதிகளவிலான வெறுப்பூட்டும் செயல்களை- அவற்றைப் பட்டியலிடக்கூட முடியாதவர்களாய் நாங்கள் கலவரம் கொண்டிருக்கிறோம்- அவன் எங்கள்மீது நிகழ்த்தப்

போகிறான், கடற்கரையில் பல மைல்கள் தொலைவுவரை எந்தவொரு ஜீவனும் சுற்றியில்லாதவொரு சூழலில், நாங்கள் தனித்திருக்கையில் மட்டுமே, மெலிதான சிறிய குரல்களில் எங்களால் பேசமுடிகிற செயல்கள் அவை. எங்களுடைய இறுதிமூச்சை முழுமையாகத் தனக்கென எடுத்துக்கொண்டு அவன் இன்னும் பலமிக்கவனாவான், ஒரு எருதினைப் போல, எங்களைப் போலிருக்கும் பெண்களை மேலும் தேடிச்சென்று கொலை செய்திட.

அவன் போச்சாவிடமும் செல்வான் என நம்புகிறேன். அதுமாதிரியான அருவருப்பூட்டும் செயல்களை யாரும் அவளிடம் நிகழ்த்தமாட்டார்கள், ஏனெனில் அவள் அதை விரும்புவாள், பன்றியைப் போல அத்தனை அசிங்கமானவள். அவன் அந்த இடத்திலேயே, அவளது கீழ்வயிற்றில் ஒரு கத்தியை ஆழமாய்ச் செருகி, அவளை கொலை செய்யவேண்டும். மறுபுறம், எங்களைப் பொறுத்தவரை, சிறிதுநேரம் எடுத்துக்கொண்டு எங்களை கொலை செய்வதை அவன் விரும்பக்கூடும், நாங்கள் அழகாயிருக்கிறோம் என்பதோடு எங்கள் உடலையும் நாங்கள் அலறுகையில் உண்டாகும் குரலின் ஒலியையும் அவன் நிச்சயம் ரசித்திடுவான். நாங்கள் அலறுவோம் மேலும் நாங்கள் அலறுவோம் என்றாலும் யாரும் அதைக் கேட்கவியலாது, காரணம், அவன் எங்களை அங்கிருந்து வெகுதூரம் எங்கோ அழைத்துப் போயிருப்பான், பின்பாக நாங்கள் முன்பே அறிந்திருந்த அந்தப் பொருளினால் எங்களது வாய்க்குள் குத்துவான். போச்சா, அதுபற்றிய எல்லாவற்றையும் எங்களிடம் சொல்லியிருந்தாள். தன்னிடம் மாட்டியவர்களைக் கொல்ல அவன் பயன்படுத்தும் பொருள், அது மிகப்பெரிய ஏதோவொன்றாக இருக்க வேண்டும்.

நாங்கள் ஒருபோதும் அதைப் பார்த்ததில்லை என்றாலும், அது மிகப்பெரியது. நாங்கள் எத்தனை தைரியம்கொண்டவர்களாய் இருக்கிறோம் என்பதைத் தெரியப்படுத்த அவன் சிறுநீர் கழிக்கையில் அவனைக் கண்காணிக்கிறோம், ஆனால் அவன் எங்களைக் கண்டுகொண்டு துரத்தியடிக்கிறான். அவன், அதை எங்களிடம் வெளிப்படுத்த விரும்பவில்லை என்பதாக ஏனிருக்க வேண்டும்? ஏனெனில் எங்களுடைய இறுதிநாளின்போது அது மிகுந்த ஆச்சரியத்தைத் தரும், மேலும் எந்தக் களங்கமுமற்றவர்களாய் எங்களை எடுத்துக் கொள்வதென்பது அவனை இன்னும் உன்னதமாக உணரச்செய்யும். கண்டிப்பாக

இதுதான். எங்களுடைய இறுதிநாள் வரைக்கும் அவன் அதை மறைக்க விரும்புகிறான், எனவேதான் இப்போது எங்களருகே அவன் நெருங்கி வருவதும் இல்லை.

ஆனால் இனியும் அது நடக்காது.

முயல்களை வேட்டையாட வேண்டுமென்பதாக நாங்கள் கெஞ்சிக் கேட்டதால் அப்பா இறுதியாக, தனது துப்பாக்கியை எங்களிடம் தந்தார். இப்போது நாங்கள் பெரிய பிள்ளைகள் என அவர் எங்களிடம் சொன்னார், நாங்கள் விரும்பினால் இப்போது துப்பாக்கியோடு வெளியே செல்லலாம், ஆனால் நாங்கள் மிகுந்த எச்சரிக்கையோடு இருக்கவேண்டும், பள்ளியில் சிறப்பாக செயல்பட்டதற்காகவே அவர் எங்களுக்குத் துப்பாக்கியைத் தந்திருக்கிறார். அது உண்மைதான், பள்ளியில் நாங்கள் சிறப்பாகவே செயல்பட்டுக் கொண்டிருக்கிறோம். வினைச்சொற்களின் பலகால உருபுகளைக் கற்றுக்கொள்வதில் கடினம் என்பதாய் ஏதுமில்லை.

அவன் கொலை செய்யப்படுவான் - அவன் கொலை செய்யப்படுகிறான் - அவன் கொலை செய்யப்பட்டுவிட்டான்.

*க்ளாம் – உணவாகப் பயன்படும் முத்துச்சிப்பிகள்

- வலசை

■■■

ஹெர்மன் ஹெஸ்ஸே (ஜெர்மனி)
Hermann Hesse (1877 - 1962)

1946 ஆம் வருடம் இலக்கியத்துக்கான நோபல் பரிசு பெற்ற ஹெர்மன் ஹெஸ்ஸே ஜெர்மனியில் பிறந்தவர். இருத்தலியல் தத்துவத்திலும் எதிர்கலாச்சார செயல்பாடுகளிலும் மிகுந்த நம்பிக்கை கொண்டிருந்தார். இவரது முக்கியமான நாவல்கள் *Steppen wolf, The Glass Bead Game* மற்றும் *Siddhartha* ஆகியவை. கவிதைகளிலும் ஆர்வம் கொண்டிருந்தவர். ஆன்மீகம் சார்ந்த பல கேள்விகளை இவருடைய எழுத்துகள் முன்வைக்கின்றன. பணம், காலம் மற்றும் எண்களால் அலைவுறும் வாழ்வின் உலக இயல்பின் மீதானத் தொடர் விசாரணைகளை தனது எழுத்துகளால் நிகழ்த்தியவர். மேற்கத்தியப் பார்வையில் புத்தரின் வாழ்க்கையை விவரிக்கும் ஹெஸ்ஸேயின் *சித்தார்த்தா* தமிழ், மலையாளம் உட்பட பல இந்திய மொழிகளில் மொழிபெயர்க்கப்பட்டிருக்கிறது.

கவிஞன்

ஹெர்மன் ஹெஸ்ஸே

சீனக் கவிஞன் ஹான் ஃபூக், தனது இளமைப்பருவத்தில் கவிதை என்கிற கலை குறித்த அனைத்தையும் அறிந்துகொள்ளவேண்டுமென்றும் அதை எழுதிடும் பூரணத்துவம் நோக்கிப் பாடுபடுவதெனவும் மிகுந்த விசித்திரமானதும் வசீகரமானதுமான விருப்பம்கொண்டிருந்தான், என்பதாய்ச் சொல்லப்படும் கதையொன்று உண்டு. அந்நாட்களில், மஞ்சள் நதி அருகிருந்த தனது இல்லத்தில்தான் அவன் வசித்து வந்தான். மேலும் அவனை வெகுஉண்மையாய் நேசித்த குடும்பத்தினரின் உதவியோடு நல்ல வம்சத்தைச் சேர்ந்த யுவதியொருவளோடு திருமணமும் உறுதியாகியிருந்தது. நல்அதிர்ஷ்டத்தை கொண்டுவரக்கூடிய தினத்தில் நடப்பதாயிருந்தது திருமணம். ஹான் ஃபூக், இருபது வயது நிரம்பியவனாயிருந்தான். அழகான, பணிவுள்ள, நற்குணங்கள் நிரம்பிய கற்றறிந்த இளைஞன். மேலும் சிறிய வயதினனாக இருந்தாலும் தனது அற்புதமான பாடல்களுக்காக அவனது நிலத்தைச் சேர்ந்த அறிவார்ந்த மனிதர்களுக்கு நன்கு தெரிந்தவனாகவும் இருந்தான். பெரும் செல்வந்தன் எனச் சொல்லமுடியாதபோதும், தேவையான அளவில் செல்வம் அவனை வந்தடைவதற்கான சாத்தியங்கள் இருந்தன. அவனது மணப்பெண் கொணரும் வரதட்சணையால் அது இன்னும் அதிகமாய் வளரக்கூடும். மேலும் மணப்பெண் மிகுந்த அழகானவளாகவும் நற்பண்புகள் கொண்டவளாயிருக்க அந்த இளைஞனின் மகிழ்ச்சிக்கு யாதொரு குறையும் இல்லையென்பதாய்த் தோன்றியது. என்றாலும், அவன் திருப்தியுற்றிருக்கவில்லை. அவனது மனம் பூரணத்துவம் நிரம்பிய கவிஞனாய்த் திகழ்வதெனும் பேராவலில் மூழ்கியிருந்தது.

ஒரு மாலைப்பொழுதில், நதியில் தீபங்களின் திருவிழா கொண்டாடப்படுகையில், ஹான் ஃபூக் அதன் தொலைதூரக் கரைகளின் தனிமையில் உலாவிக் கொண்டிருந்தான். நீரை மீறி வளர்ந்த மரமொன்றின் முதுகில் சாய்ந்துநின்றவன் நதியில் மினுங்கியபடி நீந்திய ஆயிரக்கணக்கான தீபங்களின் பிம்பங்களைக் கண்டான். திருவிழா ஆடைகளில் அழகிய மலர்களென ஒளிர்ந்த ஆடவரும் மகளிரும் இளம்பெண்களும் படகுகளில் மிதவைகளில் வாழ்த்துகள் பரிமாறிக் கொள்வதை பார்த்துக் கொண்டிருந்தான். பிரகாசிக்கும் நீரின் மெல்லிய முணுமுணுப்பு, பெண்களின் பாடல்கள், ஸிதர் என்னும் நரம்பிசைக் கருவிகளின் ரீங்காரம், குழல்கள் இசைத்திடும் இனிமையான நாதம் என யாவும் அவனால் கேட்கமுடிந்தது, மேலும் அந்த மொத்தக் காட்சியின்மீதும் ஆலயத்தின் மேற்புறக்கூரையென படர்ந்திருந்தது நீலஇரவு. தனக்குள் உருவான உணர்வெழுச்சிக்குள் தொலைந்தவனின் இதயம் வேகமாய்த் துடிக்கத் துவங்கியது. இத்தனை அழகிற்கும் அவன் ஒருவன் மட்டுமே சாட்சி! நதியைக் கடந்துசென்று நண்பர்கள் மற்றும் தன் மணப்பெண்ணின் துணையோடு திருவிழாவைக் கொண்டாட விழைந்தாலும், அவனது மனம் இன்னும் அதிக ஆர்வமாய் அங்கு பார்வையாளனாக இருப்பதையே விரும்பியது, அக்காட்சியின் தனக்கேயுரித்தான நினைவுகளைப் பருகவும் பின்பு அதை துல்லியமானதொரு கவிதையென உருமாற்றவும். அந்தக் கவிதை, இரவின் அடர்நீல நிறத்தை, நீரில் விளையாடும் ஒளியை, திருவிழாவிற்கு வந்த விருந்தினர்களின் மகிழ்ச்சியை, மேலும் நதியின்மீதான மரத்தின் முதுகில் சாய்ந்திருக்கும் அமைதியான பார்வையாளனின் தீவிர விருப்பத்தை, பிரதிபலிக்கும். உலகின் அத்தனை திருவிழாக்களில் கலந்துகொண்டாலும், அனைத்து இன்பங்களை நுகர்ந்தாலும், அவை தனக்கு முழுமையான மகிழ்ச்சியைத் தராது என்பதை உணர்ந்தான். ஏனெனில் அப்போதும் அவன் வாழ்வின் மத்தியிலிருந்து துண்டிக்கப்பட்ட ஓர் பார்வையாளனாக, ஓர் அந்நியனாகவே இருப்பான். இந்தப் புவியின் அழகை ஆழ்ந்து அறிந்துகொள்ள, ஓர் அந்நியனின் ரகசிய விருப்பங்களைப் புரிந்துகொள்ள, வற்புறுத்தும் தனது ஆன்மாவின் தனித்த பண்புகளை அவனால் அடையாளம் காண முடிந்தது. அவ்வெண்ணம் அவனை கவலைகொள்ளச் செய்தது, ஆனால் அதை மேலும் தொடர்ந்து செல்கையில் அவன் உணர்ந்துகொண்டான், உலகின் மிகத் துல்லியமான

பிம்பத்தை தனது கவிதையில் ஒரு கணமேனும் உருவாக்குவதில் மட்டுமே உண்மையான மகிழ்ச்சியும் திருப்தியும் அவனை வந்தடையும். இவ்வகையில் அவன், பிரதிபலிக்கும் பிம்பங்களில் புடமிடப்பட்டதும் மரணமற்றதுமான உலகை தனதாக்கிக் கொள்வான்.

மெல்லிய ஒலி கேட்டெழுந்து அடிமரத்தினருகே நின்றிருந்த அந்நியரைக் கண்டபோது, தான் உறக்கத்திலிருந்தோமா அல்லது விழித்திருந்தோமா என்பதை ஹான் ஃபூக் சரிவர அறியவில்லை. அங்கிருந்த முதிர்ந்த தோற்றம்கொண்ட மனிதர், ஊதாவண்ண ஆடைகளை அணிந்திருந்தார். ஹான் ஃபூக் எழுந்து முதியவர்களையும் அறிவில் சிறந்தவர்களையும் வாழ்த்தப் பயன்படும் சம்பிரதாய வார்த்தைகளோடு அந்நிய மனிதரை வணங்கினான். ஆனால் அவர் புன்னகைத்தபடி கவிதையொன்றின் சில வரிகளைச் சொன்னார். இளைஞனின் இதயம் பிரமிப்பில் துடிக்க மறந்தது, ஏனெனில் அவ்வரிகள் அவன் இத்தனை நேரம் அனுபவித்த அழகத்தனையையும் முழுமையாய் ஏந்தி நின்றன, மிகச்சிறந்த கவிஞர்கள் உருவாக்கிய விதிகளின்படி தெளிவாய்ச் சொல்லப்பட்டிருந்தன. “ஆ, நீங்கள் யார்?” என மிகுந்த மரியாதையோடு தாழ்ந்து அவன் வினவினான், “என் ஆன்மாவை ஊடுருவிப் பார்க்கவும் எனது ஆசிரியர்களிடம் இத்தனை காலம் நான் கேட்டதைக் காட்டிலும் வெகு அழகான வரிகளை இயற்றவும் செய்த நீங்கள் யார்?”

பூரணத்துவம் உணர்ந்தவனின் புன்னகையை உதிர்த்தார் அந்த அந்நியர். பின்பாகச் சொன்னார், “நீ ஒரு கவிஞனாக விரும்பினால் என்னோடு வா. வடமேற்கு மலைகளில் நீண்ட நதி உற்பத்தியாகும் இடத்தினருகே எனது குடிலை நீ அடையாளம் காணலாம். குற்றமற்ற வார்த்தைகளின் தலைவன் என அழைக்கப்படுபவன் நான்.”

அத்தோடு, முதிய மனிதர் மரத்தின் குறுகிய நிழலுக்குள் புகுந்து சட்டென மறைந்து போனார். பயனற்று வெகுநேரம் தேடியும் சின்னதொரு அடையாளமும் இல்லாமல்போக, ஹான் ஃபூக், தான் கண்டது அனைத்தும் களைப்பால் உண்டான கனவென நம்பினான். நதிகளில் ஆடியபடியிருந்த படகுகளுக்கு விரைந்து திருவிழாவில் கரைந்தான் என்றபோதும், உரையாடல்களுக்கும் குழலிசைக்கும் ஊடாக அவனுள் தொடர்ச்சியாக அந்நியரின் குரல் ஒலித்துக் கொண்டிருந்தது. ஹான் ஃபூக்கின் ஆன்மா,

அந்த மனிதரோடு சென்றுவிட்டதாகத் தோன்றியது, ஆக, காதலின் பிரிவு தாளாமல் வாடுவதாகப் பரிகாசம்செய்து மகிழ்ந்த மனிதர்களின் நடுவில் அவன் கனவுகள் வழிந்திடும் கண்களோடு அமர்ந்திருந்தான்.

சில தினங்களுக்குப் பின்பு, திருமண நாளை முடிவுசெய்ய தன் நண்பர்களையும் உறவினர்களையும் ஒன்றாய் அழைத்திட ஹான் ஃபூக்கின் தந்தை விருப்பம் தெரிவித்தார். ஆனால் மணமகன், தந்தையை எதிர்ப்பவனாய்ச் சொன்னான்: "மகன் தந்தையிடம் கொண்டிருக்கவேண்டிய கீழ்ப்படிதலை மீறுகிறவனாயிருந்தால் என்னை மன்னியுங்கள். ஆனால் கவிதையெனும் கலையில் மேன்மையடைய வேண்டுமென்கிற எனது ஆவல் எத்தனை பெரிதென்பதை தாங்கள் அறிவீர்கள். வெகுசில நண்பர்கள் என்னுடைய கவிதைகளை சிலாகித்தாலும், நான் இருப்பது ஆரம்பநிலையில்தான் என்பதும் போகவேண்டிய தூரம் அதிகம் என்பதையும் உணர்ந்துள்ளேன். ஆகவே, கவிதை குறித்து கற்றுக்கொள்ள சிலகாலம் என்னைத் தனிமையில் செல்ல அனுமதிக்கும்படி கேட்டுக்கொள்கிறேன். ஏனெனில் மனைவி என்றொருவள் வந்து, கவனித்துக்கொள்ள குடும்பம் என்றானபின்பு என்னால் இவற்றில் ஈடுபட முடியாது. இப்போது, இளைஞனாகவும் கடமைகள் ஏதுமற்று இருக்கும் இந்தச் சமயத்தில், நான் சிலகாலம் எனது கவிதைகளுக்காக மட்டும் வாழ ஆசைப்படுகிறேன் - போலவே, என்னுடைய கவிதைகள் எனக்கு மகிழ்ச்சியையும் பெருமையையும் தேடித்தரும் என்றும் நம்புகிறேன்."

இந்த உரையைக் கேட்டு வியந்த அவனது தந்தை சொன்னார்: "உனது திருமணத்தைக்கூட இதற்கென காலம்தாழ்த்த விரும்புகிறாய் என்றால் நீ இந்தக் கலையை எல்லாவற்றைக் காட்டிலும் அதிகமாய் நேசிக்கிறாய் எனத் தெரிகிறது அல்லது உனக்கும் மணப்பெண்ணுக்கும் இடையில் ஏதேனும் தடை உருவாகி இருந்தால் என்னிடம் சொல், உங்களுக்குள் ஒற்றுமையை உண்டாக்கவோ இல்லையெனில் உனக்கென ஒரு புதிய மணப்பெண்ணைக் கொண்டுவரவோ நான் முயலுகிறேன்."

ஆனால் மகனோ, முன்னெப்போதையும்விட அதிகமாய் இப்போது அவளை நேசிப்பதாக உறுதி கூறினான். மேலும் மனவேறுபாட்டின் சிறுநிழல்கூட தங்களுக்குள் விழுந்ததில்லை எனவும் பிரமாணம் செய்தான். அதேநேரம், தீபங்களின்

திருவிழாவில் மாபெரும் கலைஞனொருவன் கனவுகளில் தன்னை இவனிடம் வெளிப்படுத்திக் கொண்டது குறித்தும் தந்தையிடம் தெரிவித்தான், மேலும் அம் மனிதனிடம் சீடனாய்ச் சென்றமைவதே தனக்கு இவ்வுலகிலிருக்கும் மாபெரும் விருப்பம் என்றும் கூறினான்.

"எல்லாம் நன்மைக்கே" என்றார் தந்தை. "அப்படியானால், நான் உனக்கு ஒரு வருட காலம் அனுமதியளிக்கிறேன். இந்தக் காலத்துக்குள் உனக்குக் கடவுளால் அருளப்பட்ட கனவை நீ பின்தொடர்ந்து செல்லலாம்."

"இரண்டு வருடங்கள் ஆகலாம்" எனத் தயக்கமாய்ச் சொன்னான் ஹான் ஃபூக். "யார்தான் அறுதியிட்டுச் சொல்லக்கூடும்?"

தன் மகனைப் போக அனுமதித்தாலும் தந்தை துயருற்றிருந்தார். இளைஞன் மணப்பெண்ணுக்கு ஒரு கடிதம் எழுதினான், தன் குடும்பத்தினரிடம் விடைபெற்றுத் தன்வழியில் கிளம்பினான்.

வெகுகாலம் பிரயாணித்து, நதி உற்பத்தியாகும் இடத்தை வந்தடைந்தவன் வனாந்திரத்தின் நடுவில் ஒரு மூங்கில் குடில் தனியே இருக்கக் கண்டான். குடிலின் முன்பாக, பின்னப்பட்ட விரிப்பின்மீது அமர்ந்திருந்தார் நதிக்கரையோரம் மரத்தில் சாய்ந்தவாறு ஹான் ஃபூக் சந்தித்த முதிய மனிதர். தரையில் அமர்ந்து தனது யாழை இசைத்துக் கொண்டிருந்தார். மரியாதையுடன் நெருங்கிவரும் விருந்தினரைப் பார்த்தும் எழவில்லை அல்லது வாழ்த்துகளையும் பகிர்ந்தாரில்லை. வெறுமனே புன்னகைத்தபோதும் அவரது உணர்வார்ந்த விரல்கள் நரம்புகளின்மீது இசைத்துக் கொண்டிருந்தன. ஒரு மாய இசை, வெள்ளி மேகம்போல, பள்ளத்தாக்கு எங்கும் விரவி வழிந்தது. குற்றமற்ற வார்த்தைகளின் தலைவன், தனது சிறிய யாழை நகர்த்திவிட்டு குடிலுக்குள் நுழையும் வரை மற்றவன் அனைத்தும் மறந்தவனாக வியப்பூட்டும் திகைப்பில் ஆழ்ந்து நின்றிருந்தான். அப்பொழுதே ஹான் ஃபூக், பணிவுடன்கூடிய ஆச்சரியத்துடன் அவரைப் பின்தொடர்ந்தான். சேவகனாகவும் மாணவனாகவும் தன்னை அவரோடு இணைத்துக் கொண்டான்.

ஒரு மாதம் கழிந்தபோது, தான் இதற்குமுன்பு எழுதிய அத்தனை கவிதைகளையும் வெறுக்க ஹான் ஃபூக் கற்றிருந்தான். அவற்றை தன் நினைவிலிருந்து அகற்றினான். மேலும் சில மாதங்களுக்குப் பிறகு, தன் நினைவில் மீதமிருந்த

தனது ஆசிரியர்களிடம் கற்றிருந்த கவிதைகளையும்கூட அழித்தொழித்தான். குருநாதர் அவனிடம் ஒரு வார்த்தைகூட பேசுவது கிடையாது. அமைதியாக, அவனது மொத்த இருப்பும் இசையினால் நிரம்பும்படி, அவர் ஹான் ஃபூக்கிற்கு யாழை இசைக்கும் கலையை சொல்லித் தந்தார். ஒருமுறை ஹான் ஃபூக், சிறிய கவிதையொன்றை இயற்றினான், இலையுதிர்காலத்து வானில் பறக்கும் இரு பறவைகளை அது விவரித்தது, அந்தக் கவிதை அவனை சற்றே மகிழ்ச்சிகொள்ளச் செய்தது. அதை, தனது குருநாதரிடம் காட்டும் தைரியம் அவனுக்கில்லை. ஆனால் ஒரு மாலைவேளையில் குடிலனருகே அதைப் பாடினான். அதை நன்றாகக் கேட்க முடிந்தாலும் குருநாதர் எதுவும் சொல்லவில்லை, மென்மையாக, தனது யாழை இசைக்க மட்டும் செய்தார். உடன் காற்று குளுமையாய் மாறி இருள் அதிகரித்தது; வேனிற்காலத்தின் நடுவிலிருந்தாலும் கூர்மையான காற்று அங்கு வீசத் தொடங்கியது. இப்போது சாம்பல் நிறமாகியிருந்த வானின்நடுவே புதிய நிலங்களுக்கான அற்புதத் தேடலோடு பறவைகளின் இரண்டு வரிசைகள் கடந்து போயின. இவையனைத்தும் மாணவனுடைய வரிகளைக்காட்டிலும் மிகுந்த அழகோடும் முழுமையோடும் இருந்தன. எனவே, ஹான் ஃபூக் சோகம் கொண்டு அமைதியானான். தன்னை தகுதியற்றவனாக உணர்ந்தான். இவ்வாறு ஒவ்வொரு முறையும் நிகழ்வதை முதியமனிதர் உறுதிசெய்தார். ஒரு வருடம் முடிந்தபோது ஹான் ஃபூக் யாழிசையை மிக முழுமையாக கற்றுத் தேர்ந்திருந்தான். ஆனால் கவிதை எழுதும் கலை எப்போதையும்விட மிகப் பரிசுத்தமானதாகவும் கடினமானதாகவும் தோன்றியது.

இரண்டு வருடங்கள் கழிந்தன. இளைஞன் தனது குடும்பத்தை, சொந்த நிலத்தை, மணப்பெண்ணை எண்ணிப் பிரிவுத்துயரில் வாடத் தொடங்கினான். எனவே, தனது குருநாதரிடம் பிரயாணம் செய்ய தன்னை அனுமதிக்கும்படி கேட்டான்.

புன்னகைத்த குருநாதர் ஆதரவாய் தலையசைத்தார். "நீ போகத் தடையேதுமில்லை" என்றார். "மேலும் எங்கு விரும்பினாலும் போ. நீ திரும்பி வரலாம், வராமலும் இருக்கலாம், உனது விருப்பம் சார்ந்தது."

ஆக, தனது பயணத்தைத் தொடங்கிய மாணவன் எங்கும் தாமதியாமல் பிரயாணித்து ஒரு அதிகாலை விடியல்நேரம் தனது பூர்வீகநிலத்தின் கரையில் நின்று நகரை இணைக்கும்

வளைந்த பாலத்தை ஏறிட்டான். தனது தந்தையின் தோட்டத்துக்குள் இரகசியமாய் நுழைந்தவனால் அயர்ந்து தூங்கிக் கொண்டிருந்தவரின் மூச்சை படுக்கையறை சாளரத்தின்வழி கேட்கமுடிந்தது. தன் மணப்பெண்ணின் வீட்டினருகே இருக்கும் மரங்களினூடாக சப்தமின்றி நுழைந்து பியர் மரத்தின் மீதேறியவன், தனதறையில் நின்று தலை வாரிக்கொண்டிருந்த மணமகளையும் கண்டான். பிரிந்திருந்த காலத்தில் மனம்வரைந்த கற்பனைச் சித்திரங்களை கண்முன் காணும் காட்சிகளோடு ஒப்பிடுகையில் கவிஞனாயிருப்பதே தனக்கு விதிக்கப்பட்டது என்பது அவனுக்குள் தெளிவானது. ஒருவன், தன் அன்றாட வாழ்க்கையில் தேடிச்சலிக்கும் அன்பும் அற்புதமும் கவிஞனின் கனவுகளில் மட்டுமே சாத்தியமாகின்றன. எனவே, மரத்திலிருந்து கீழிறங்கி தோட்டத்தைவிட்டு வெளியேறியவன், மீண்டும் மலைகளின் நெடிய பள்ளத்தாக்கை வந்தடைந்தான். அங்கு, முன்னொரு பொழுதைப்போல, தனது குடிலின்முன்பாக எளிய விரிப்பின்மீது குருநாதர் அமர்ந்திருந்தார், யாழின் நரம்புகளை, தன் விரல்களால் மீட்டியபடி. அவனை வாழ்த்தி வரவேற்பதற்குப் பதிலாக கலையின் ஆசிர்வாதம்குறித்த இரண்டு பாடல்களைப் பாடினார். ஆழ்ந்த இன்னிசை நிரம்பிய சப்தங்களால் ஹான் ஃபூக்கின் கண்களில் நீர் தளும்பி வழிந்தது.

குற்றமற்ற வார்த்தைகளின் தலைவனிடம் மீண்டும் ஹான் ஃபூக் இணைந்து கொண்டான். யாழிசையில் தேர்ந்துவிட்டதால் இப்போது அவர், அவனுக்கு ஸிதர் எனும் நரம்பிசைக் கருவியை பயிற்றுவிக்கத் தொடங்கினார். கீழைக்காற்றில் மறையும் பனியென மாதங்கள் கழிந்தன. மேலும் இரண்டு தடவைகள் பிரிவுத்துயர் அவனை வென்றது. முதல்முறை, அவன் இரகசியமாக இரவில் வெளியேறி ஓடிப்போனான், ஆனால் பள்ளத்தாக்கின் இறுதி வளைவை அடையுமுன்பாக, குடிலின் வெளிவாயிலில் தொங்கிய ஸிதரில் வழிந்த இரவுநேரத்துக் காற்றெழுப்பிய இசை ஹான் ஃபூக்கை வந்தடைந்தது. திரும்பி வரும்படியான அதனழைப்பை அவனால் நிராகரிக்க முடியவில்லை. என்றாலும் மற்றொருமுறை, அவன் தோட்டத்தில் சிறிய மரத்தை நடுவதாகவும் அருகே மனைவி நின்றிருக்க பிள்ளைகள் செடியின்மீது பாலும் மதுவும் தெளிப்பதாக, கனவு கண்டான். விழித்துக்கொண்டவனின் அறைக்குள் ஒளிர்ந்துகொண்டிருந்தது நிலவு. குழம்பியபடி எழுந்தவன் தன்னையடுத்து குருநாதர் உறங்குவதைக் கண்டான்,

அவரது சாம்பல்நிறத் தாடி காற்றில் மெதுவாக அசைந்து கொண்டிருந்தது. திடீரென கசப்பு நிறைந்த குரோதம், அந்த மனிதரின்மீதாக இவனைச் சூழ்ந்தது - இந்த மனிதரால்தான், அவனுக்கு அவ்வாறாகத் தோன்றியது. இவர்தான் எனது மொத்த வாழ்வும் நசிந்து எதிர்காலம் அழிந்ததற்கான காரணம். அவர்மீது பாய்ந்து கொலைசெய்ய அவன் விரும்பிய கணத்தில் முதிய மனிதர் தன் கண்களைத் திறந்து உடன் ஒரு புன்னகையைச் சிந்தினார். மென்மையான சோகத்துடன் பெருந்தன்மை நிரம்பியிருந்த அந்தப் புன்னகையில் அவன் அமைதியானான். "நினைவில் கொள், ஹான் ஃபூக்." அந்த முதியவர் அமைதியாகச் சொன்னார்: "நீ விரும்பும் எதையும் சுதந்திரம் உனக்குண்டு. உனது தாய்நாட்டுக்குத் திரும்பிச் சென்று மரங்களை நடலாம், என்னை வெறுக்கலாம் - அல்லது என்னை அடித்துக் கொலை செய்யலாம், எதுவும் அத்தனை முக்கியமான விசயங்களில்லை."

"ஓ, நான் உங்களை எப்படி வெறுக்கமுடியும்" என்றபடி, நெகிழ்வில் தொலைந்திருந்த கவிஞன் அழத் துவங்கினான். "அது, அந்தக் கடவுளை வெறுப்பதை ஒத்தது."

ஆக, அவன் அங்கு தங்கி ஸிதரை இசைக்கவும் கற்றுக்கொண்டான், அத்துடன் புல்லாங்குழலையும். பின்பாக, தன் குருநாதரின் வழிகாட்டுதலின்படி கவிதைகள் இயற்றத் தொடங்கினான். மெல்ல, தெளிவானதையும் நேர்மையானதையும் மட்டும் சொல்லுகிற அந்தரங்கக் கலையை கற்றான். ஆனால் அவை நீரின் மேற்பரப்பை கலைத்துச்செல்லும் காற்றைப்போல கேட்பவரின் ஆன்மாவை சுழன்றிடச் செய்தன. மலைச்சிகரங்களின் நடுவில் தாமதித்துத் தயங்கும் சூரியனின் வருகையை, நீரினடியில் நிழல்களென விரைந்து சப்தமற்று நழுவும் மீன்களை, வசந்தகாலக் காற்றில் மெலிதாய் நடனமாடும் இளஞ்செடியை அவன் வர்ணித்தான். அவற்றைக் கேட்பது வெறும் சூரியனைப்பற்றி, மீன்களின் விளையாட்டு பற்றி அல்லது செடியின் முணுமுணுப்பு குறித்து கேட்பதாக மட்டும் இருக்கவில்லை. மாறாக, ஒவ்வொருமுறையும் பூரணத்துவம் நிரம்பிய நல்லிசைக்கென வானமும் நிலமும் ஒத்திசைவதைப்போல தோன்றியது. அவற்றை செவிமடுத்த அனைவரும் தங்கள் மனதில் மகிழ்ச்சியுடனோ, துக்கத்துடனோ தாங்கள் நேசித்த அல்லது வெறுத்த எதையேனும் நினைத்தார்கள். ஒரு சிறுவனின் எண்ணங்கள் விளையாட்டுகளிடம் திரும்பக்கூடும், ஒரு இளைஞனுக்கு

அவனது நேசத்துக்குரியவளிடம், மேலும் ஒரு முதியவனின் மனம் மரணத்திடம்.

மாபெரும் நதி உற்பத்தியாகுமிடத்தில் குருநாதரோடு எத்தனை காலம் தங்கியிருந்தோம் என்பதை அதற்குப்பிறகு ஹான் ஃபூக் நினைவில் இருத்தவில்லை. பெரும்பாலும், முந்தையதினமே பள்ளத்தாக்கிற்குள் நுழைந்ததாகவும் முதிய மனிதரின் யாழிசை தன்னை வரவேற்றதாகவும் அவனுக்குத் தோன்றும். மனிதன் உணரும் அத்தனை யுகங்களும் காலங்களும் கடந்து நிலையற்றதாய் மாறியதாக அவன் தனக்குள் உணர்ந்தான்.

ஒருநாள், குடிலுக்குள் உறக்கத்திலிருந்து விழித்தபோது அவன் தனிமையில் இருந்தான், அனைத்து இடங்களில் தேடியும் அழைத்துப்பார்த்தும் குருநாதர் மாயமாய் மறைந்திருந்தார். ஒரே இரவில் இலையுதிர்காலம் வந்ததாய் அவன் உணர்ந்தான். கடுமையான காற்று அந்தப் பழமையான குடிலை உலுக்கியது. மேலும் வலசைபோகும் பெரிய பறவைகளின் கூட்டம் மலைத்தொடரின் உச்சி வழியாக பறந்து சென்றது. அவை அவ்வாறு பறந்துசெல்கிற காலமாக அது இல்லாதபோதும்.

பிறகு ஹான் ஃபூக், தனது சிறிய யாழை எடுத்துக்கொண்டு தாய்நாட்டுக்குத் திரும்பினான். எங்கெல்லாம் மனிதர்களைச் சந்திக்க நேரிட்டதோ, அவர்கள் முதியவர்களுக்கும் சான்றோர்களுக்கும் சொல்லக்கூடிய வாழ்த்துகளோடும் சைகையோடும் அவனை வணங்கினர். தனது சொந்த நகரத்தை வந்தடைந்தபோது அவனது தந்தை, அவனுடைய மணப்பெண் மற்றும் உறவினர்கள் என யாவரும் இறந்திருந்தார்கள். மற்றவர்கள், தங்கள் இல்லங்களில் வசித்துவந்தார்கள். அன்றைய மாலை, தீபங்களின் திருவிழா நதியில் கொண்டாடப்பட்டது. கவிஞன் ஹான் ஃபூக், நதியின் மறுகரையில் நின்றிருந்தான், அதன் இருளடைந்த பகுதியில், முதிய மரமொன்றின் முதுகில் சாய்ந்தபடி. அவன் தனது யாழை இசைக்கத் துவங்க, பெண்கள் மகிழ்ச்சியோடும் குழப்பத்தோடும் பெருமூச்சுடன் இருளுக்குள் கூர்ந்து நோக்கினார்கள். இளம்வயதினர்களான ஆண்கள் யாழிசைப்பவனை அழைத்துப் பார்த்தார்கள். ஆனால் அவர்களால் அவனைக் கண்டுபிடிக்க முடியவில்லை. அவர்கள் சப்தமாக அழைத்தார்கள். ஏனெனில் இதுவரை யாழிலிருந்து உண்டாகும் இத்தகைய அற்புதமான இசையை அவர்களில் ஒருவர்கூட கேட்டதில்லை. ஹான் ஃபூக் புன்னகைத்தான்.

அவன் நதியினுள் பார்த்தான். ஆயிரக்கணக்கான தீபங்களின் பிரதிபலிப்புத் தோற்றங்கள் அங்கு நீந்திக்கொண்டிருந்தன. எப்படி அவனால் இப்போது பிரதிபலிப்புகளுக்கும் உண்மையான தோற்றங்களுக்குமான வித்தியாசத்தை உணரமுடியவில்லையோ, போலவே, இந்தத் திருவிழாவிற்கும், இளைஞனாக அங்கே நின்று விசித்திரமான குருநாதரின் வார்த்தைகளைக் கேட்டிருந்த முந்தைய திருவிழாவிற்கும், அவன் தனது ஆத்மாவில் எந்த வித்தியாசத்தையும் உணரவில்லை.

- தாமரை

■■■

எட்கர் கெரேத் (இஸ்ரேல்)
Etgar Keret (1967)

சிறுகதைகள் மற்றும் சித்திரக்கதைகள் (காமிக்ஸ்) எழுதுவதில் புகழ் பெற்றவர். தொண்ணூறுகளில் நிகழ்ந்திட்ட இஸ்ரேலியச் சிறுகதைகளின் மறுமலர்ச்சிக்கு வித்திட்டவர்களில் இவரும் ஒருவர். குழந்தைகளுக்கான சிறுகதைகளையும் எழுதி வருகிறார். இவரது முதல் சிறுகதைத் தொகுப்பான *"pipelines"* வெளியான காலத்தில் தோல்வியடைந்தது. இதன் பின்பு வெளியான இரண்டாவது தொகுப்பான *"Missing Kissinger"* பெரும் வெற்றியடைய பொதுமக்களின் கவனத்தை ஈர்ப்பவராக மாறினார். பெரும்பாலும் எளிய மக்களின் அன்றாடப் பேச்சு மொழியில் தன் கதைகளை எழுதுகிறார். இலக்கியத்துக்கான பிரதம மந்திரி விருது, பிரான்சு அரசு வழங்கும் கலைகளுக்கான செவாலியே விருது உட்பட பல விருதுகளை வென்றுள்ளார். தற்போது திரைத்துறையில் வெகு தீவிரமாக இயங்கி வருகிறார்.

டாட்

எட்கர் கெரேத்

எனது நண்பன் டாட், பெண்களை அவனது படுக்கைக்கு அழைத்துவர உதவிடும் கதையொன்றை அவனுக்காக நான் எழுதவேண்டுமென விரும்புகிறான்.

"பெண்களை அழச் செய்திடும் கதைகளை நீ முன்னமே எழுதியிருக்கிறாய்" என்கிறான் அவன். "அவர்களைச் சிரிக்கவைப்பவையும்கூட. ஆகவே, இப்போது அவர்கள் என்னோடு படுக்கைக்கு வரும்படியாக ஒன்றை எழுது."

அது அப்படி நிகழ்வதில்லை என்பதை அவனுக்கு விளக்க முயற்சிக்கிறேன். உண்மைதான், எனது கதைகளை வாசிக்கையில் அழக்கூடிய சில பெண்கள் இருக்கவே செய்கிறார்கள், மேலும் சில ஆண்களும் இருக்கிறார்கள், அவர்கள் -

"ஆண்களை மற" டாட் இடைமறிக்கிறான். "ஆண்கள் எனக்கு எதையும் செய்வதில்லை. நான் உனக்கிதை நேரடியாகச் சொல்கிறேன், வாசிக்கும் யார் வேண்டுமானாலும் எனது படுக்கைக்கு வரும்படியான கதையை நீ எழுதக்கூடாது என்பதற்காக, பெண்கள் மாத்திரமே. சங்கடங்களைத் தவிர்க்கவே நான் இதை உனக்கு நேரடியாகச் சொல்கிறேன்..."

ஆக, அது அப்படி நிகழ்வதில்லை என்பதை, எனது தணிந்தகுரலில், அவனுக்கு மீண்டும் விளக்குகிறேன். கதையென்பது வசிய மந்திரமோ உளவசிய சிகிச்சையோ அல்ல; கதையென்பது நீங்கள் உணருகின்ற, மிக அந்தரங்கமான ஒன்றினை, சிலநேரங்களில் தொந்தரவுதரக்கூடிய ஏதோவொன்றை மற்ற மனிதர்களோடு பகிர்ந்துகொள்வதற்கான எளிய வழி, அது -

“அட்டகாசம்” டாட் மீண்டும் இடைமறிக்கிறான். “ஆக, பெண்கள் என்னோடு படுக்கைக்கு வரும்படியாக உனது வாசகர்களைத் தொந்தரவுசெய்யும் ஏதோவொன்றை நாம் பகிரலாம்,” அவன் கவனிப்பதில்லை, அந்த டாட். குறைந்தபட்சம் நான் சொல்வதைமட்டுமாவது, அவன் ஒருபோதும் கவனிப்பதில்லை.

நான் டாடை, டென்வரில் அவன் ஒழுங்குசெய்திருந்த வாசிப்பொன்றில் சந்தித்தேன். அன்று மாலை, தான் நேசித்த கதைகள்குறித்து அவன் பேசியபோது, வார்த்தைகள் சிதறுண்டுத் தெற்றுமளவு மிகுந்த கிளர்ச்சியடைந்தான். அவனுக்கு நிறைய ஆர்வமிருந்தது, அந்த டாட், உடன் நிறைய சக்தியும், அவையனைத்தையும் எங்கு ஒன்றுசெலுத்துவது என்பதை அவன் அறியாதிருந்தான் என்பதும் தெள்ளத்தெளிவாயிருந்தது. எங்களால் அதிகம் உரையாட முடியவில்லை. இருந்தபோதும் அவனொரு அறிவாளி என்பதோடு அற்புதமான மனிதன் என்பதையும் நான் உடனடியாகக் கண்டுகொண்டேன். உங்கள் நம்பிக்கைக்குரிய ஒருவன். எரியும் வீட்டிலோ அல்லது மூழ்கிக்கொண்டிருக்கும் கப்பலிலோ உங்களருகே இருக்கவேண்டும் என்பதாய் நீங்கள் விரும்பும் தன்மையிலானவன். உங்களைக் கைவிட்டு உயிர்காப்புப் படகுக்குத் தாவி தப்பிச்செல்லமாட்டான் என நீங்கள் அறிந்திருக்கக்கூடிய மனிதன்.

ஆனால் இந்தக் கணத்தில், நாங்கள் எரியும் வீட்டிலோ, மூழ்கும் கப்பலிலோ இல்லை, வில்லியம்ஸ்பர்க்கின் நவீனமானதொரு இயற்கைசார் அருந்தகத்தில் வெறுமனே ஆர்கானிக் சோயாமில்க் லேட்டேஸ்[1] அருந்திக் கொண்டிருக்கிறோம். அது, என்னை சற்றே வருத்தம்கொள்ளச்செய்கிறது. அந்தப் பகுதியில் ஏதேனும் எரிந்துகொண்டிருந்தாலோ, மூழ்கிக் கொண்டிருந்தாலோ, நான் ஏன், அவனை விரும்புகிறேன் என்பதை எனக்கு நானே நினைவுறுத்திக்கொள்ள இயலும். ஆனால் அவனுக்காக ஒரு கதை எழுதவேண்டுமென டாட் என்னை வற்புறுத்துகையில், அவனை ஜீரணிக்க முடிவதில்லை.

“‘டாட் எனும் ஆண்’ என்பதாக கதைக்குத் தலைப்பிடு.” அவன், என்னிடம் சொல்கிறான். “அல்லது வெறுமனே, டாட், ஒன்று சொல்லட்டுமா? ‘டாட்’ என்பதே நன்றாயிருக்கிறது. அவ்வகையில், அதை வாசிக்கும் பெண்களுக்கு கதை எங்கு

தலைப்படுகிறது என்பதைப் புரிந்துகொள்வது சிரமமாயிருக்கும் என்பதோடு இறுதியில், அது நிகழுகையில் - பூம்! எது அவர்களைத் தாக்கியது என அவர்கள் அறியமாட்டார்கள். திடீரென அவர்கள் என்னை விசித்திரமாகப் பார்ப்பார்கள். சட்டென்று, தங்கள் எச்சிலை விழுங்கியபடி சொல்வார்கள்: 'சொல் டாட், நீ எங்காவது அருகில்தான் வசிக்கிறாயா?' அல்லது 'நிறுத்து, என்னை அப்படிப் பார்க்காதே', நான் அவர்களைப் பார்ப்பேன், பிறகு அது நிகழும், தன்னிச்சையாக நிகழ்வதைப் போல, நீ எழுதிய கதைக்கும் அதற்கும் எந்தத் தொடர்பும் இல்லையென்பதைப் போல. அவ்வளவுதான். அப்படியொரு கதையைத்தான் நீ எனக்காக எழுதவேண்டும். புரிந்ததா?".

நான் சொல்கிறேன். "டாட், கடந்த ஒரு வருட காலமாக நான் உன்னைப் பார்க்கவில்லை. நீ எப்படி இருக்கிறாய், புதிதாய் என்ன நிகழ்ந்தது போன்றவற்றைச் சொல். நான் எப்படி இருக்கிறேன் எனக் கேள், எனது குழந்தை எப்படி இருக்கிறான் எனக் கேள்.."

"என்னோடு எதுவும் நிகழ்வதில்லை" அவன் பொறுமையின்றி சொல்கிறான். "மேலும் குழந்தைபற்றி கேட்கவேண்டிய தேவையும் எனக்கில்லை, நான் ஏற்கனவே அவனைப்பற்றிய அனைத்தையும் அறிவேன். சிலநாட்களுக்கு முன்பாக தேசிய வானொலியில் உனது பேட்டியைக் கேட்டேன். அந்தக் கேவலமான பேட்டியில் நீ செய்ததெல்லாம் அவனைப்பற்றி பேசுவது மட்டும்தான். அவன் இதை எப்படிச் சொன்னான், அவன் அதை எப்படிச் சொன்னான்.. உன்னைப் பேட்டிகண்டவன் உனது எழுத்துபற்றி கேட்கிறான், இஸ்ரேலில் வாழ்வதுபற்றி, இரானியர்களால் உண்டாகும் பயம்பற்றியும்.. ஆனால் ராட்வெய்லரின்[2] தாடைகளைப்போல், நீ உனது குழந்தையின் வார்த்தைகளில் சிக்கிக்கொண்டிருக்கிறாய், அவன் ஏதோவொரு ஜென் மேதை என்பதாக..."

"அவன் நிஜமாகவே மிகச்சிறந்த அறிவாளி.." நான் தற்காப்பாகச் சொல்கிறேன். "நம்மைப்போன்ற பெரியவர்களிடமிருந்து விலகி வாழ்க்கையின்மீது அவனுக்கென தனித்த பார்வை இருக்கிறது.."

"அது அவனுக்கு நல்லது" டாட் முணுமுணுக்கிறான். "ஆக, நீ என்ன சொல்கிறாய்? எனக்காக நீ கதை எழுதுகிறாயா இல்லையா?"

எனவே நான், இஸ்ரேலின் தூதரகம் இரண்டு நாட்கள் எனக்கு வாடகைக்குத் தந்திருக்கும் ஐந்து நட்சத்திர விடுதியென பொய்த்தோற்றம்கொள்ளும் மூன்று நட்சத்திர விடுதியொன்றில், மரத்தாலானதென பொய்த்தோற்றம்கொள்ளும் பிளாஸ்டிக் இருக்கையில் அமர்ந்திருக்கிறேன், டாடுக்கு அவனுக்கான கதையை எழுத முயன்றபடி. பெண்களை டாடோடு படுக்கையைப் பகிர்ந்துகொள்ளச்செய்யும் வகையிலான உணர்வைக் கொண்டிருக்கும் எதையேனும் எனது வாழ்வினூடாக கண்டடையத் தவிக்கிறேன். அதேநேரம், பெண்களை, தானே கண்டடைவதில் டாடுக்கு இருக்கும் சிக்கல் என்ன என்பதும் எனக்குப் புரியவில்லை. பார்ப்பதற்கு அழகான ஆண், மிகுந்த வசீகரமானவனும்கூட, சிறுநகர விருந்திலிருக்கும் அழகிய பணிப்பெண்ணை தன் வசப்படுத்தி, பின் அங்கிருந்து கிளம்பிச்செல்லும் வகையினன். ஒருவேளை, அதுவே அவனது பிரச்சினையாகவும் இருக்கக்கூடும்: அவன் நேர்மையாய் இருப்பதில்லை. நான் சொல்வது, பெண்களிடம். காதலுணர்வு சார்ந்து. ஏனெனில் எரியும் வீடுகள் அல்லது மூழ்கும் கப்பல்கள் என வரும்போது, நான் ஏற்கனவே சொன்னதுபோல, நீங்கள் அவனை முழுமுற்றாக நம்பலாம். ஆக, ஒருக்கால் அதுதான் நான் எழுதவேண்டியது: டாட் உண்மையானவன் எனப் பெண்களை நம்பவைக்கும் கதை. அதாவது, அவர்கள் அவனைச் சார்ந்திருக்க இயலும் என்பதைச் சொல்லக்கூடிய கதை அல்லது எதிரிடையாக: விசுவாசம் நம்பிக்கை என்பதெல்லாம் மிகைப்படுத்தப்படுபவை என்பதை வாசிக்கும் பெண்களுக்கெல்லாம் தெளிவாகச் சொல்லக்கூடிய ஒரு கதை. ஆகவே, நீங்கள் எதிர்காலம்பற்றி கவலைகொள்ளாமல் மனம் சொல்லும் பாதையில் பயணிக்கவேண்டும். உங்கள் மனதைப் பின்தொடர்ந்து சென்று, நாசாவின் நல்கையால் நிகழும் கவிதை வாசிப்பை மார்ஸில் ஏற்பாடுசெய்து டாட் வெகுதூரம் விலகிச்சென்ற பின்பாக, நீங்கள் கர்ப்பிணியாயிருப்பதை உணரவேண்டும். ஐந்து வருடங்களுக்குப்பிறகு, ஒரு நேரடி ஒளிபரப்பில், அவன் இந்த நிகழ்வை உங்களுக்கும் சில்வியா பிளாத்திற்கும் அர்ப்பணிக்கும்போது, உங்களது வரவேற்பறையில் திரையை சுட்டிச் சொல்வீர்கள், "விண்வெளி உடையிலிருக்கும் அந்த மனிதரைப் பார்க்கிறாய் இல்லையா, டாட் ஜூனியர்? அவர்தான் உனது அப்பா."

ஒருவேளை, நான் அதுபற்றிய கதையொன்றை எழுதவேண்டும். ஒரு பெண்ணைப் பற்றி, டாடைப் போன்ற ஒருவனை அவள் சந்திக்கிறாள், அவன் வசீகரமானவனாக இருக்கிறான், இந்த மொத்தவுலகையும் புணர விரும்புகிறவர்கள் நம்பும், ஆதியந்தமற்ற உண்மையான காதல் உட்பட அத்தனை கசடுகளையும் ஆதரிக்கிறான். மேலும் ஒரு ஆண், தன்னுடைய பிள்ளைகளைப் பாதுகாக்க வேண்டுமென்பதால் பெண்கள் எப்படி ஒருதார வழக்கம் கொண்டவர்களாய் இருக்கிறார்கள் எனவும், மேலும் தன்னால் இயன்றளவு பெண்களை கர்ப்பம் தரிக்கச் செய்திட விழைபவர்களாய் இருப்பதால் ஆண்கள் எப்படி பலதார வழக்கம் கொண்டவர்களாய் இருக்கிறார்கள் எனவும், மேலும் உங்களால் ஏன், அதுகுறித்து ஒன்றும் செய்யவியலாது எனவும், இது இயற்கை, மேலும் இது குடியரசுத் தலைவருக்கான எந்தவொரு கன்சர்வேடிவ் வேட்பாளர் அல்லது "உங்கள் கணவரைத் தக்கவைப்பது எப்படி" எனும் காஸ்மாபாலிடன் கட்டுரையைக் காட்டிலும் பலம்வாய்ந்தது எனவும், அவளுக்கு பரிணாம வளர்ச்சிகுறித்து கனிவான விளக்கமொன்றை அளிக்கிறான்.

"நீ தருணங்களில் வாழ வேண்டும்." கதையிலுள்ள ஆண் சொல்வான். பின்பாக அவளோடு படுத்து அவளது இதயத்தை நொறுங்கச் செய்வான். அவளால் எளிதாகக் கைவிடமுடிந்த வேண்டாதவற்றைப் போல அவன் எப்போதும் நடந்துகொள்ள மாட்டான். அவன் டாடைப் போல நடந்துகொள்வான். இதன் அர்த்தம் யாதெனில், அவளது வாழ்க்கையை நாசம் செய்தாலும், அவன் இன்னமும் கருணை நிரம்பியவனாகவும், நேர்த்தியானவனாகவும், நிறைந்த தீர்க்கமுடையவனாகவும், மேலும் ஆம் - கிளர்ச்சியானவனாகவும் இருப்பான். ஆகவே, அவனது உறவை முறித்துக்கொள்ளும் நிகழ்வை அது இன்னும் கடினமாக்குகிறது. ஆனால் இறுதியாக, அது நிகழும்போது, இருந்தபோதும் அது அதற்குத் தகுதியானதுதான் என்பதை உணர்வாள். மிகவும் தந்திரமான பகுதி அதுதான்; "இருந்தாலும் அது அதற்குத் தகுதியானதுதான்" எனும் பகுதி. ஏனெனில் *ஸ்டார்பக்ஸில்*[3] கம்பியில்லா இணையத்தோடு ஒரு நவீன அலைபேசியை இணைப்பதுபோல காட்சியமைப்பின் இன்ன பிறவற்றோடு என்னால் எளிதாகப் பொருந்திக்கொள்ள முடியும், ஆனால் "இருந்தாலும் அது அதற்குத் தகுதியானதுதான்" என்பது சற்றே குழப்பமான பகுதி. டாடுடனான இந்த மொத்த

“இடித்துவிட்டுத் தப்பியோடும் விபத்திலிருந்து”, கதையிலுள்ள பெண்ணால், அவளது ஆன்மாவில் படியும் சோகம் நிரம்பிய மற்றுமோர் காயத்தைத் தவிர, வேறு எதைப் பெற்றுக்கொள்ள முடியும்?

“அவள் படுக்கையிலிருந்து எழுந்தபோது, அவன் ஏற்கனவே கிளம்பிப் போயிருந்தான்” டாட் அந்தப் பக்கத்தில் தொடங்கி சத்தமாக வாசிக்கிறான். “ஆனாலும் அவனது வாசனை தேங்கி நிற்கிறது. பொம்மைக் கடையினுள்ளே கோபாவேசமாக வீசியெறியும் ஒரு குழந்தையினுடைய கண்ணீர்த் துளிகளின் வாசனை...”

அவன் சட்டென்று நிறுத்தி, ஏமாற்றத்தோடு என்னைப் பார்க்கிறான். “இது என்ன கருமாந்திரம்?” எனக் கேட்கிறான். “எனது வியர்வை நாற்றமடிப்பதில்லை. நாசமாய்ப் போக, எனக்கு வியர்ப்பதே கிடையாது. ஒரு தினத்தின் 24 மணி நேரமும் வேலைசெய்யும் விசேசமான டியோடரண்டை நான் வாங்கினேன், மேலும் அதை எனது அக்குள்களில் மட்டும் பயன்படுத்துவ தில்லை, எனது உடம்பு முழுதும், எனது கைகளிலும்கூட, ஒரு நாளைக்கு குறைந்தபட்சம் இருமுறை. மேலும் அந்த எச்சிலொழுகும் குழந்தை.. அது ஒரு கேடுகெட்ட திருப்பம், அய்யா. இது போன்றதொரு கதையை வாசிக்கும் பெண் - அவள் என்னோடு வர எந்த வாய்ப்பும் இல்லை”

“இறுதிவரை வாசி” நான் அவனிடம் சொல்கிறேன். “இது ஒரு நல்லகதை. இதை எழுதிமுடித்தபின்பாக நான் அழுதேன்.”

“உனக்கு நல்லது” என்றான் டாட், “உனக்கு இரு மடங்கு நல்லது. கடைசியாக, நான் எப்போது அழுதேன் எனத் தெரியுமா? எனது மலைச்சவாரிக்கான பைக்கிலிருந்து கீழே விழுந்து, மண்டைபிளந்து இருபது தையல்கள் தேவைப்பட்டபோது. வலியுடன்கூட, என்னிடம் மருத்துவக் காப்பீடு எதுவும் இருக்கவில்லை, மற்றவர் அனைவரையும்போல என்னால் அலறவோ, எனக்காக நானே வருத்தப்படவோகூட முடியவில்லை, ஏனெனில் எங்கிருந்து எனக்குப் பணம் கிடைக்கும் என்பதை நான் சிந்திக்கவேண்டியிருந்தது. நான் இறுதியாக அழுதது அப்போதுதான். மேலும் நீ அழுதாய் என்பது உண்மையில், மனதைத் தொடுவதாக உள்ளது,

ஆனால் அது பெண்கள்சார்ந்த எனது சிக்கல்களைத் தீர்க்க உதவப்போவதில்லை."

"அது ஒரு நல்லகதை என்பதைச் சொல்லவே நான் முற்சிக்கிறேன்." நான் அவனிடம் சொல்கிறேன்: "மேலும் அதை எழுதியதில் நான் மகிழ்ச்சி கொள்கிறேன்."

"உன்னை யாரும் நல்லகதை எழுதும்படி கேட்கவில்லை", வெறுத்துப் போனவனாக டாட் சொன்னான். "நான் உன்னை எனக்கு உதவக்கூடிய ஒரு கதையைத்தான் எழுதச் சொன்னேன். ஒரு உண்மையான பிரச்சினையைத் தீர்க்க உனது நண்பனுக்கு உதவக்கூடியது. இது எப்படி இருக்கிறதென்றால், நான் உன்னை எனது உயிரைக் காக்க இரத்ததானம் செய்யும்படி கேட்கிறேன், ஆனால் நீயோ ஒரு நல்லகதையை எழுதி, எனது மரணச்சடங்கில் அதை வாசிக்கும்போது அழுவதைப் போலுள்ளது."

"நீ இறக்கவில்லை" என்கிறேன் நான். "நீ இறந்துகொண்டிருக்கவும் இல்லை."

"ஆம். நான்..." டாட் அலறுகிறான். "நான்.. நான் இறந்துகொண்டுதான் இருக்கிறேன். நான் தனிமையில் இருக்கிறேன், எனக்குத் தனிமை என்பது நாசமாய்ப்போன மரணத்தைப்போலத்தான். நீ அதை உணரவில்லையா? எனது அழகிய மனைவியோடு பகிர்ந்துகொள்ள சாதுர்யமான வார்த்தைகளைப் பேசும் சிறார் பள்ளியில் பயிலும் சேட்டைக்கார குழந்தை எனக்கு இல்லை. எனக்கென இல்லை. மேலும் இந்தக் கதை? இரவு முழுதும் நான் தூங்கவில்லை. வெறுமனே படுக்கையில் படுத்து யோசித்துக் கொண்டிருந்தேன்; கிட்டத்தட்ட நெருங்கியாயிற்று, இஸ்ரேலிய நண்பன் எனக்காக வாழ்வில் ஒரு வாய்ப்பை உருவாக்கப் போகிறான், இதன்பிறகும் நான் தனியாக இருக்கப்போவதில்லை. உற்சாகமூட்டும் இந்த எண்ணத்தில் நான் நிம்மதியாயிருக்க, நீயோ அமர்ந்து அழகானதொரு கதையை எழுதிக் கொண்டிருக்கிறாய்."

சிறிய இடைவெளி, அதன் முடிவில், நான் டாடிடம் வருந்துவதாகச் சொல்கிறேன். சிறிய இடைவெளிகள் என்னுள் இருந்து அதை வெளிக்கொணர்கின்றன. டாட் தலையசைத்தபடி, நான் அதிகம் வருந்த வேண்டாம் என்கிறான். தன்னையும்மீறி அவன் சற்று அதிகமாக உணர்ச்சிவசப்பட்டுவிட்டான். இது முற்றிலும் அவனது தவறு. ஆரம்பத்திலேயே, இத்தனை

குழப்பமான விசயத்தைச் செய்யும்படி அவன் என்னைக் கேட்டிருக்கக்கூடாது, ஆனால் அவன் நம்பிக்கையற்றவனாக இருந்தான். "எழுதுவதுகுறித்து நீ மிகுந்த இறுக்கமான நம்பிக்கைகள் கொண்டவன் என்பதை, அதற்கென உனக்கு உருவகங்கள், உள்ளொளி தரிசனங்கள் மற்றும் அவை எல்லாமும் தேவை என்பதை, ஒரு நிமிடம் நான் மறந்துவிட்டேன். எனது கற்பனையில் அது இன்னும் எளிமையானது, வேடிக்கை மட்டுமே. ஆகச்சிறந்த சாதனை என்பதல்ல. வெகுசாதாரணமானது. "எனது நண்பன் டாட் பெண்களை அவனது படுக்கைக்கு அழைத்துவர உதவிடும் கதையொன்றை அவனுக்காக நான் எழுதவேண்டுமென விரும்புகிறான்" எனத் தொடங்கி ஏதோவொரு வகையிலான பின்நவீனத்துவ உத்தியில் முடியக்கூடியது. நீ அறிவாய், அர்த்தமற்றதாய். ஆனால் சாதாரணமாக அர்த்தமற்றதாக அல்ல. "கவர்ச்சியான" அர்த்தமற்றதாக. மர்மமானதாக."

"என்னால் அதைச் செய்யமுடியும்", மற்றுமோர் சிறிய இடைவெளிக்குப் பிறகு நான் அவனிடம் சொல்கிறேன்: "உனக்காக அதுபோலவும் என்னால் ஒரு கதை எழுதமுடியும்."

குறிப்புகள்

1 – காபி பானம்
2 – வீட்டில் வளர்க்கப்படும் நாயினம்
3 – அமெரிக்க காபி நிறுவனம்

– மலைகள்.காம்

■■■

எட்மண்டோ பாஸ் சோல்டன் (பொலிவியா)

Edmundo Paz Soldán (1967)

பொலிவியாவின் மிக முக்கியமான எழுத்தாளர். தொண்ணூறுகளின்போது லத்தீன் அமெரிக்க இலக்கியத்தில் மேஜிக்கல் ரியலிசத்துக்கு எதிராகக் கிளம்பிய மெக்ஓண்டோ இயக்கத்தில் வெகு தீவிரமாக இயங்கியவர். இதுவரை ஒன்பது நாவல்களும் பத்துக்கும் மேற்பட்ட சிறுகதைத் தொகுப்புகளும் வெளியாகி உள்ளன. தற்போது அமெரிக்காவில் வசித்து வருகிறார். யுவான் ரூல்ஃபோ சிறுகதை விருதையும் (1997) பொலிவிய தேசிய நாவல் விருதையும் வென்றிருக்கிறார் (2002).

வால்வோ

எட்மண்டோ பாஸ் சோல்டன்

எண்பதுகளின் துவக்கத்தில் பட்டமளிப்பு விழாவையொட்டி சுக்ரேவுக்கும் டாரிஜாவுக்கும் எனது வகுப்பு மாணவர்கள் பிரயாணப்பட்டோம். கொச்சபம்பாவின் நடுத்தர வர்க்கமெனும் வெறுமை நிரம்பிய பெல்ஜாரில் வளர்ந்த பிள்ளைகள் நாங்கள், ஆக, தேசத்தை அறிந்துகொள்வதே எங்களின் வெளிப்படையான எண்ணம். அந்நாட்களில் பவேராவுக்கோ அல்லது பிற கரீபியன் கடற்கரைகளுக்கோ செல்வது பெரிதும் பிரபலமாகியிருக்கவில்லை, ஒருவேளை, காலத்தின் சுழற்சி கொணர்ந்த அதீத விலையேற்றம் இல்லாது போயிருந்தால் எங்களுக்கு அது சாத்தியம் ஆகியிருக்கலாம். உண்மையில், தேசத்தை அறிவதென்பது, குடிப்பதற்கான வெவ்வேறு நிலங்களைக் கண்டடையும் சமாதானமே.

குளிர்கால விடுமுறையில் நாங்கள் சுக்ரேயில் மூன்று நாட்களையும், டாரிஜாவில் ஒரு வாரத்தையும் கழித்தோம். சுக்ரேயில், நாங்கள் நினைத்ததைக்காட்டிலும், காசா லா டே லிபர்டெட்[1] மிகச் சிறிதாயிருந்ததை உணர்ந்தோம், ஆனால் மிக முக்கியமாக, சாண்டா குரூசில் உபோல்டியின் பட்டமளிப்பு நிகழ்வும் எங்களது வருகையும் ஒருசேர நிகழவிருப்பதைத் தெரிந்துகொண்டோம். கொனியோ, மொரிசியோ மற்றும் நான், பூங்காவில் மேசையின்மீதமர்ந்து ஐஸ்கிரீம் சாப்பிட்டுக் கொண்டிருந்த மூன்று பெண்களை அணுகினோம். மகிழ்ச்சி தரும்படியாக, டாரிஜாவை நாங்கள் வந்தடையும் நேரத்தில் தாங்களும் அங்கு வருவோம் எனும் செய்தியை அவர்கள் அறியத் தந்தார்கள். கேசத்தை அழகாய்ப் பின்னியிருந்த லில்லிபெத்தின் புன்னகை கன்னக்குழிகளை ஒளிரச்செய்தது. அவள், தனது கையொப்பமிட்ட சிறிய

கைப்பை அளவிலான புகைப்படத்தை என்னிடம் தந்தாள், அவளது முகம் முற்றிலுமாய்த் தேய்ந்தழிந்தபின்பும் பல காலங்களுக்கு அதை நான் சுமந்து திரிந்தேன்.

டாரிஜாவில் ஜிம்னாஸ்டிக் பயிற்சிகளுக்கும் பயன்படுத்தப்பட்ட கால்பந்து அரங்கத்தின் கிட்டங்கியில் நாங்கள் தங்கமுடிந்தது. நாங்கள் 29 பேர் இருந்தோம், எங்களுக்கு அந்த இடம் கிடைக்கக் காரணமாயிருந்தவர் எல் சாவோ, எங்களோடு உடன்வந்தவரும் இந்தப் பிரயாணத்துக்கு பொறுப்பேற்றிருந்தவருமான எங்களது உடற்கல்வி ஆசிரியர். எல் சாவோ ஒரு குள்ளமான, விசமம் நிரம்பிய மனிதர், இத்தனை பொறுப்புநிறைந்த பதவியை தனக்குத் தரும்படியாக சலேசியன் பாதிரியார்களை எப்படி அவரால் நம்பவைக்கமுடிந்தது என்பது இன்றளவும் எனக்குப் புரியவில்லை. உண்மையில், புதன் காலையன்று முதன்முறையாக சென்ட்ரல் பிளாசாவுக்குப் போனபோது, அதைக் கொண்டாட முழுதும் உடையணிந்தபடி நீரூற்றில் குதிக்க முடிவுசெய்தார். அவர் முதலில் தாவிட, ஐந்து மாணவர்கள் அவரைத் தொடர்ந்தார்கள். கடந்துபோன உள்ளூர் மக்கள் எங்களை சந்தேகமாய்ப் பார்த்தார்கள்.

மாலையில், மொசைக் பாவிய கல்நடைபாதைகளில் போவதும் வருவதுமாயிருந்த பதின்ம வயதினரால் பிளாசா நிரம்பிவழிந்தது. பனைமரங்களின்கீழ் நின்று கிடாரை தாறுமாறாக இசைத்தார்கள், சீட்டாடினார்கள், நண்பர்களோடு மது அருந்தினார்கள், புதிதாய்ச் சமைத்த ஹாட் ரோல்களை மகிழ்ச்சியாய் உண்டார்கள். அப்போதுதான் நான் வால்வோவை எதிர்பாராது சந்தித்தேன். தனது வாகனத்தில் சுற்றிக் கொண்டிருந்தவன், அருகிலிருந்து எச்சரிக்கை செய்த போக்குவரத்துக் காவலரை பொருட்படுத்தாது என்னருகே வந்து நின்றான். வாகனத்திலிருந்து குதித்து வெளியேறியவன் என்னை நெருங்கி வெகுஇறுக்கமாக கட்டிக் கொண்டான். கொச்சபம்பாவில் இருக்கும் விடுதியில் நாங்கள் முதல்முறை சந்தித்தோம், தனது உறவினர்களைச் சந்திக்க அவன் அங்கு அடிக்கடி வருவான். கொச்சாவை எனக்கு மிகவும் பிடிக்கும், இப்பகுதியைச் சேர்ந்த பெண்கள் மிக இனிமையானவர்கள் என்பான். அவன் மிக வளர்த்தியானவன், அகன்ற தோள்கள், சுருட்டையான கேசம், கூர்மையான நாசி மற்றும் முழுமையான உதடுகள், எனவே, அவனைப் பலரும் அறிந்திருந்தனர். எனது சகோதரி சொல்லுவாள்:

“அவன் அழகாயிருக்கிறான், கொச்சாவில் இருக்கும் யாரையும் அவனோடு ஒப்பிடவும் முடியாது.” தனது வருகையின் போதெல்லாம் பிரச்சினைகளில் சிக்குவான். மக்கள் அவனை நம்பிக்கைத் துரோகி என்றார்கள், யாரையும் மதிக்கமாட்டான் எனவும் ஏற்கனவே ஆண் நண்பர்களைக் கொண்டிருக்கும் பெண்களையும் அவன் விட்டுவைப்பதில்லை என்றும் சொன்னார்கள். மக்களைப் பெரிதும் இம்சிப்பது - இதுதான் என, நான் எண்ணவில்லை. மாறாக, பெண்கள் அவனோடு போகிறார்கள் என்பதே.

வால்வோ புகைத்துக்கொண்டிருந்தான். நாங்கள் எங்கு தங்கியிருக்கிறோம் எனக் கேட்டான். அரங்கத்தில், என்றேன். அவன் விசமமாகச் சிரித்தான், மெலிதாய் இசைப்பதைப் போன்ற தனது *சப்பாகோ*[2] உச்சரிப்பில் சொன்னான்: “காவல்காரனின் பெண் அங்குதான் அலைந்துகொண்டிருப்பாள். சிறிய, அழகற்ற, அசிங்கமான *செக்குவேனா*[3]. அந்தப் பெட்டைநாய் பேசாது, ஊமை என நினைக்கிறேன், ஆனால் உன்னைப் பிடித்திருந்தால் புணரச் சம்மதிப்பாள். நாங்கள் உற்சாகமாயிருக்கும்போதும் எங்காவது வெளியே செல்லும்போதும் டிரக்கை எடுத்துக்கொண்டு போய் அவளையும் அள்ளிக்கொள்வோம்.”

நாங்கள் அவனது தகவலுக்காக நன்றி சொன்னோம். அங்கிருப்பதில் எல் கெர்வோதான் அட்டகாசமான விடுதி என்றும் வெள்ளிக்கிழமை நாங்கள் அவனை அங்கே சந்திக்கலாம் எனவும் சொன்னான், பிறகு, தனது டிரக்கில் ஏறிக்கொண்டான். போக்குவரத்துக் காவலர், அவனது விண்ட்ஷீல்டில் அபராதச் சீட்டை ஒட்டியிருந்தார்; அதைக் கிழித்தெறிந்துவிட்டு கிளம்பிப் போனான்.

மறுநாள் நான் லில்லிபெத்தை, அவள், தனது வகுப்போடு தங்கியிருந்த விக்டோரியா விடுதியில் சந்தித்தேன். பிளாசாவில் இருந்து பறித்துவந்த வெள்ளை ரோஜாவை அவளுக்குத் தந்தேன், பின்பு இருவரும் *சில்லி கான் கேர்ன்*[4] சாப்பிட உணவு விடுதிக்குப் போனோம். பின்னர், அவளுக்கும் அவளுடைய நண்பர்களுக்கும் என உள்ளூர் மக்கள் ஏற்பாடுசெய்திருந்த கூட்டத்திற்கு என்னையும் அழைத்தாள். சான் ராக்கோ தேவாலயத்தின் அருகிலிருந்த வீட்டுக்கு தோமசும் உடன்வந்தான், ஆனால் அழையா விருந்தாளிகள் எதிர்பாராது

வந்ததை சப்பாகோக்கள் ரசிக்கவில்லை. நாங்கள் அசவுகரியமாய் அமர்ந்திருந்தோம், இறுதியில், லில்லிபெத்திடம் கிளம்புவதாகச் சொன்னேன். அவளும் எங்களோடு வெளியே கிளம்ப முடிவு செய்தாள். அன்றிரவு பிளாசாவின் அனிசிடோ ஆர்ஸ்[5] சிலையினருகில் அவளை முத்தமிட்டேன்.

வெள்ளிக்கிழமை காலையில் காவல்காரனின் வாய்பேசாத பெண் கிட்டங்கியின் அருகாமையில் சுற்றித்திரிவதைக் கண்டேன், அதை கொனியோவிடம் தெரிவித்தேன். நான் அமைதியாய் இருந்திருக்கவேண்டும். கொனியோ அவளை அணுகினான், தொலைவிலிருந்து அவர்கள் பேசுவதை என்னால் பார்க்கமுடிந்தது. சற்றுநேரத்தில் திரும்பிவந்தவன் எல்லாம் ஏற்பாடு செய்யப்பட்டுவிட்டதாகச் சொன்னான். எல் சாவோ தேவாலயத்துக்கு கிளம்பிப் போனவுடன் அவள் கிட்டங்கிக்கு வந்துசேர்வாள். கொனியோ, அவனுடைய கூடாரத்தில் தனது படுக்கையில் அவளுக்காகக் காத்திருப்பான். அவள் ஒரு வார்த்தைகூட பேசவில்லை, ஆனால் அவன், தனது விருப்பத்தைச் சொன்னபோது சம்மதம் என்பதாய்த் தலையசைத்தாள்.

எல் சாவோவும் பத்து மாணவர்களைக் கொண்ட குழுவும் பதினோரு மணிக்கு வெளியே கிளம்பினார்கள். நானும் செல்லவே விரும்பினேன். ஆனால் ஆர்வம் என்னை வெற்றிகொள்ள, பின்தங்கினேன். சிறிதுநேரத்தில், நீண்ட நீலநிற அங்கியணிந்து கால்களில் ஷூ அணியாமல், காவல்காரனின் மகள் கிட்டங்கியின் கதவில் சாய்ந்து நின்றிருந்தாள். நடப்பதை என்னவென்று அறிந்தவர்களில் ஒருவன், கொனியோவின் படுக்கையைச் சுட்டினான். அவள் நெருங்கினாள். அவர்களிடமிருந்து ஐம்பதுமீட்டர் தொலைவில் எனது கூடாரத்துக்குள் விகாரமாய்க் கிடந்தேன், சபாடோ எழுதிய நாவலை வாசிப்பவன்போல நடித்தேன். அந்தப் பெண்ணுக்கு பதிமூன்று வயதுக்குமேல் இருக்காது; உடைகளைக் களைந்தவளின் மார்புகள் சிறிய, தொய்ந்த மணல் சிற்பங்களென துள்ளி வீழ்ந்தன. அவள், கொனியோவின் கூடாரத்துக்குள் நுழைந்தாள், கணத்தில் அவர்கள் இருவருடைய முனகலையும் நாங்கள் எல்லோரும் கேட்கமுடிந்தது. அவளது முனகல் சந்தோசத்தை வெளிப்படுத்துவதாக இல்லாமல்

அடித்தொண்டையின் உறுமலாக, நம்பிக்கையற்று, கோபத்தைச் சொல்லுவதாக இருந்தது.

இதற்கு மேலும் பொறுக்கமாட்டாமல் நான் கிளம்பினேன். எங்கள் குழுவைச் சேர்ந்த மற்றவர்களை நான் தேடவில்லை. பிளாசாவில் லில்லிபெத் இல்லை. எனது கவனத்தை வேறுபக்கம் திருப்ப, காலனிய முன்மண்டபங்கள், அமைதியான சாலைகள் மற்றும் வாழ்க்கையை வெறுமையாய்க் கடக்கும் மக்களின் சோபையைப் பார்ப்பது என நகருக்குள் தனியாக சுற்றித் திரிந்தேன்.

மதியம் ஒரு மணிக்கு அரங்கத்துக்குத் திரும்பினேன். தோமஸ் என்னை கிட்டங்கியின் உள்ளே அனுமதிக்கவில்லை. எனது முறைக்காக காத்திருக்கச் சொன்னான். என்ன முறை? காவல்காரனின் மகள் இன்னும் உள்ளேதான் இருந்தாள்.

"ஒன்பதுபேர் போய்விட்டார்கள். அடுத்தது நான். நீயும் போக விருப்பம் கொண்டிருந்தால் உனது பெயரையும் இணைக்கவேண்டும். பட்டியல் கொனியோவிடம் உள்ளது."

"அவளால் பேசக்கூட முடியாது. அவள் இதை விரும்புகிறாள் என உனக்கு எப்படித் தெரியும்?"

"அவள் நலமாய்த்தானிருக்கிறாள், நான் உறுதியளிக்கிறேன். உனக்கு விருப்பமா?"

என்னால் கிட்டங்கியில் இருந்து வெளிக்கிட்ட அலறல்களைக் கேட்க முடிந்தது. எனக்கு விருப்பமில்லை எனச் சொன்னேன். அரங்கத்துக்குள் நுழைந்து காலியாகக் கிடந்த மைதானத்தையும் அங்கங்கே தென்பட்ட புற்களையும் பார்த்தபடி சலவைக்கற்களின் மீதமர்ந்தேன்.

நான் திரும்பிச்சென்று இதைத் தடுக்க வேண்டுமா? அது சரிதானா? எதற்கும் உதவாதவன் என, எனது நண்பர்களும் உறவினர்களும் என்னைக் கேலி செய்வார்கள், எனது சிறந்த துல்லியமான எண்ணங்கள் எல்லாம் வெற்று கேலிச்சித்திரங்களாய் மாறிடும்.

நிமிடங்கள் கழிந்தாலும் நான் சலவைக்கல்லில் இருந்து எழவில்லை. உத்தமனைப்போல நடிப்பதாக என் நண்பர்கள் எண்ணுவதை நான் விரும்பவில்லை.

நான் திரும்பியபோது கொனியோ கதவருகில் நின்றிருந்தான். தோமஸின் முறை வந்திருந்தது.

"நீயும்..?"

"அவள்.. அந்தப் பெண் எப்படி இருக்கிறாள்?"

"அவளுக்கு நல்ல இறுக்கமான உடம்பு, ஒத்துழைக்கவும் செய்கிறாள். ஆனால் அவளது அலறல்கள் என்னை பதட்டம்கொள்ளச் செய்கின்றன."

"அவள் இதற்குத் தகுதியானவள்தானா?" நான் சொல்ல விழைவது எதுவென்பதைத் தெளிவாகப் புரிந்தவன் போலக் கேட்டேன், இந்த நான் என்பவன் நான்கு மாதங்களுக்கு முன்பாகத்தான் கால்வெர்ட்டிலிருந்து வந்து ஒரு மோட்டலுக்கு இழுத்துப் போன ஏதோவொரு மொரினோவிடம் தனது கன்னித்தன்மையை இழந்திருந்தான், அவள் தனது கைப்பையில் ஆணுறைகளை வைத்திருந்தாள். அதன்பிறகும் நாங்கள் மூன்றுமுறை மோட்டல்களில் சந்தித்தோம், அவற்றில் இரண்டுமுறை நினைவிலிருந்து முற்றிலும் நீக்கிவிடத் தகுதியானவை.

"போர்க்காலத்தில் கிடைக்கும் எந்தவொரு துளையும் பதுங்குகுழியே. ஹா.. உனக்கும் ஆசை உண்டாகத் தொடங்கியிருக்கிறது கருமம் பிடித்தவனே, வந்து வரிசையில் இணைந்து கொள்..."

"நீ மேலேறி வர நான் உதவியிருக்கிறேன். எத்தனைமுறை தேர்வுகளில் என்னைப் பார்த்து எழுத அனுமதித்திருக்கிறேன்? இதெல்லாம் யோசிக்கையில் இனி என்னால் அது முடியாது எனத் தோன்றுகிறது."

கொனியோ குழம்பியதைப்போல தென்பட்டான். பிறகு விசமமாகப் புன்னகைத்தான்.

“நீ திறமையானவன் என்பதற்காக மட்டும்” எனது பெயர் லிஸ்ட்டில் முதலாவதாகக் குறிக்கப்பட்டது.

ஒரு சின்ன பிளாசாவின் பெப்பர்கார்ன் மரத்தடியில் நின்று சில வைன் போத்தல்களைக் காலி செய்தபின்பு நாங்கள் எல் கெர்வோவுக்கு வந்தோம். காவல்காரனின் பிள்ளையோடு நிகழ்ந்த எதுவும் டாரிஜாவை விட்டு வெளியே செல்லக்கூடாது என எங்களுக்குள் ஒப்பந்தம் செய்துகொண்டோம். எல் சாவோவுக்கும் தெரியக்கூடாது, விளையாட்டாகக்கூட. மீறி யாரேனும் ஒரு வார்த்தை பேசினால் அவர்கள் வாழ்நாளுக்கும் மறக்க முடியாதபடி உதை கிடைக்கும்.

மது விடுதியில் நீண்ட வரிசையிருந்தது. நானும் எனது நண்பர்களும் தள்ள ஆரம்பித்தோம்; என்னால் முன்னே வந்து மொரிசியோ மற்றும் தோமஸோடு இணைந்துகொள்ள முடிந்தது. பணத்தைக் கொடுத்துவிட்டுத் திரும்பியபோது இன்னும் எனது நண்பர்களில் சிலர் கூட்டத்தில் தொலைந்துபோனதை உணார்ந்தேன். அந்த நேரம் வால்வோ, தனது நண்பர்களோடு வந்து சேர்ந்தான். அவனும் குடித்திருந்தான் என்பதை அவனது கண்களில் காண முடிந்தது. தனது யோசனையின் விளைவுகளை அவன் அறிந்துகொள்ள வேண்டும் என என் மூளைக்குத் தோன்றியது. நான் எதுவும் சொல்லவில்லை, ஆனால் சொல்ல விரும்பினேன். அவன் வெடித்துச் சிரிப்பான் என்பதையும் அறிவேன்.

“யார் உங்களை இத்தனை தாமதமாக வெளியே சுற்ற அனுமதித்தது” அவன் சிரித்தபடி கத்தினான். “நீங்கள் இந்நேரம் உங்களது இரவு உடைகளில் கிடக்க வேண்டியவர்கள்.”

“வீட்டில் தங்கியிருக்கவேண்டியவன் நீதான்.” நான் திருப்பியடித்தேன். “உன் குழந்தை முகத்தைப் பார்த்திருக்கிறாயா?”

“ங்கோத்தா… இதை என்னிடம் சொல்லும் நீ யார்? என் கைகளால் உன்னைப் பற்றும்வரை பொறுத்திரு, ங்கோத்தா… உன்னை நினைவிழக்கும்படி அடித்து வீழ்த்துவேன்..”

அவனது முகம் மாறியது; அதன்பிறகு அவன் நண்பனின் தோற்றம் கொண்டிருக்கவில்லை, மாறாக, தனது

ஆண்மைகுறித்து இழிவு செய்யப்பட்டதொரு குடிகாரனாய் உருமாறியிருந்தான். கூட்டத்தை தள்ளிக்கொண்டு முன்னேறிவந்து என்னைப் பிடிக்க முயன்றான். அவன் என்னைக்காட்டிலும் உயரமானவன் என்பதால் எல் கெர்வோவின் நிழல்களினூடாக ஒளிந்துகொள்வதே சிறந்த செயலாயிருக்கும் எனத் தோன்றியது. உபோல்டியிலிருந்து வந்த பெண்கள், நடன அரங்கில் தனியாய் நடனமாடிக் கொண்டிருந்தார்கள். அவர்களில் ஒருத்தி மூலையிலிருந்த மேசையில் லில்லிபெத் அமர்ந்திருப்பதைச் சுட்டினாள். நான் சென்று அவளருகே அமர்ந்து என்னை இறுகப் பற்றிக்கொள்ளும்படி கேட்டேன்.

"நீ நலமாய்த்தான் இருக்கிறாயா?"

"இன்றைய தினம் மிக நீண்ட நாளாக அமைந்துவிட்டது."

அவள் என்னை முத்தமிட்டாள். டாரிஜாவுக்கு வந்தவுடன் நான் செய்திருக்க வேண்டியதை அப்போதுதான் உணர்ந்தேன். நான் அவளைத் தேடியிருக்க வேண்டும் - நண்பர்களையும் வால்வோவையும் மறந்து - அவளைவிட்டு ஒருகணமும் பிரியாமல் இருந்திருக்க வேண்டும்.

ஒரு கணத்திற்குப் பிறகு, காவல் அதிகாரி ஒருவர் என்னிடம் வந்து நான் கொச்சபம்பா பகுதியைச் சேர்ந்தவனா என விசாரித்தார், நான் ஆமோதித்தேன்.

"நீ எங்களோடு வருகிறாய். நாங்கள் உனது தங்குமிடத்துக்கு உன்னை பாதுகாப்பாக அழைத்துப் போவோம்."

"பாதுகாப்பாக?"

"நான் சொன்னது உனக்குக் கேட்டது இல்லையா? வேகமாக, தயவுசெய்து நாம் இங்கிருந்து கிளம்புவோம்."

லில்லிபெத்தை இயல்பாக முத்தமிட்டு விடைபெற்றேன், பதட்டமாகவும் இருந்தேன். அவளை மீண்டும் சந்திக்கப்போவது கிடையாது என்பதை அப்போது நான் அறியவில்லை.

அங்கிருந்து கிளம்புகையில்தான் எனது வகுப்பைச் சேர்ந்தவர்கள் டாரிஜினோக்களின் குழுக்களோடு மிக மோசமான சண்டையில் ஈடுபட்டது எனக்குத் தெரியவந்தது. என்னைப் பிடிக்கும்

முயற்சியில் வால்வோ, ஜூனியர் வகுப்பிலிருந்து என்னோடு படித்தவனும், திடகாத்திரமானவனுமான, பெனியனோ இனத்தவனுமான, முரடன் ஒருவனோடு மோதியிருந்தான். திரும்பிவந்த முரடன் மன்னிப்புக் கேட்கும்படி கத்தினான்; வால்வோ பதிலுக்கு அவனை முகத்தில் ஓங்கிக் குத்தினான். எனது வகுப்புத் தோழர்கள் முரடனைக் காப்பாற்ற விரைந்தார்கள். வால்வோவின் நண்பர்கள் உள்நுழைய சப்பாகோக்களின் குழுவும் அவர்களோடு இணைந்துகொண்டது. அது ஒரு நியாயமான சண்டையாக இருக்கவில்லை. இறுதியில், முரடனுக்கு இரண்டு விலாஎலும்புகள் முறிந்தன; மற்றவர்களுக்கு சிராய்ப்புகளும் முகத்தில் வெட்டுக்காயங்களும் ஏற்பட்டன. டாரிஜினோக்கள் எண்ணெய் வளம் எங்களுடையது என சத்தமிடுவதை நிறுத்தவில்லை, அவை அனைத்தையும் நாங்கள் எங்களுக்கென எடுத்துக்கொள்ளாதிருந்தால் அவர்களது நிலம் மிகுந்த வளத்துடன் இருக்கும் எனவும் கத்தினார்கள்.

தலைகள் குனிந்தபடி காவலர்களின் பாதுகாப்போடு எல் கெர்வோவை விலகி, இரவினூடாக பின்புறவழிகளில் விரைந்து, நாங்கள் அரங்கத்தை வந்தடைந்தோம். வழியில் எனது வகுப்புத் தோழர்களின் மருத்துவ உதவிக்காக மட்டும் ஆள் நடமாட்டம் பெரிதாய் இல்லாதிருந்த மருத்துவமனையொன்றில் நின்றோம். அடுத்தமுறை கொச்சபம்பாவில் வால்வோ என்னைச் சந்திக்கையில் - தனது உறவினர்கள் அல்லது யாரேனும் பெண்களோடு, அது என் சகோதரியாகக்கூட இருக்கலாம், ஐஸ்கிரீம் சாப்பிட்டபடி- நான் என்ன செய்வேன் என்பது எனக்கு ஆச்சரியமாக இருந்தது.

இரண்டு வருடங்களுக்குப்பிறகு, டாரிஜாவுக்கு இரண்டு நண்பர்களோடு முரடன் திரும்பி வந்தான். வால்வோ, தனது வீட்டிலிருந்து வெளியேறி வரும்வரை காத்திருந்தவர்கள் இரும்புக்கழியால் அவனைத் தாக்கினார்கள். அவன் தரையில் விழுந்தபோதும் உதைப்பதை நிறுத்தவில்லை. வால்வோ குடித்திருந்தான், வலுவானவனாக இருந்தாலும் திருப்பித் தாக்குவதற்கான அவகாசம் அவனுக்குக் கிடைக்கவில்லை. வாயிலிருந்து வழிந்த இரத்தம் அவன் பேசுவதைத் தடுத்து நிறுத்தும்வரை தன்னை மன்னிக்கும்படி அவன் மன்றாடிக் கொண்டிருந்தான். பெற்றவர்களும் அவனது முகத்தை அடையாளம் காணமுடியாதபடி அடித்து நொறுக்குமாறு

நண்பர்களுக்கு முரடன் ஆணையிட்டதை தான் கேட்டதாக ஒருவன் சாட்சி சொன்னான். ஆனால் அவர்கள் அதில் வெற்றி பெறவில்லை; மருத்துவமனையில் அவனது பெற்றோரால் அவனை அடையாளம் காணமுடிந்தது. ஆனால் அதனால் அவர்களுக்குப் பெரிதாய் எந்த நன்மையுமில்லை. வால்வோவால் அவர்களைப் பார்த்து மெலிதாய்ப் புன்னகைக்கவோ, சிறு சைகை செய்யவோ அல்லது ஒரு வார்த்தை பேசவோகூட முடியவில்லை. அவன் ஆழ்ந்த மயக்கத்தில் விழுந்திருந்தான், இருபது வருடங்களுக்குப்பிறகும், அதிலிருந்து அவனால் வெளிவர முடியாதபடி.

முரடன் நாட்டைவிட்டுத் தப்பி ஓடியிருந்தான். அவனது சகோதரர்களில் ஒருவன் என்னிடம் அவன் பிரேசிலுக்குப் போனதாகச் சொன்னான்.

பட்டமளிப்புக்கென போன பிரயாணம்குறித்து என்னால் எதையும் நினைவுபடுத்த முடியவில்லை. எனக்கு லில்லிபெத்தின் பெயர் ஞாபகம் இருக்கிறது, ஆனால் அவள் என்னை முத்தமிட்டவிதமோ, அவளது முகமோ, உடலமைப்போ அல்லது குரலோ எதுவும் ஞாபகம் இல்லை. அவ்வப்போது எங்கிருந்து எனத் தெரியாமல் காவல்காரனின் பெண் எனது நினைவுகளில் தோன்றுவாள். அவள் தனது வாயைத் திறப்பாள், என்னோடு பேச முயலுவாள், ஆனால் அவளது நாவு இரத்தம் தோய்ந்த இறைச்சித்துண்டாக உருக்குலைந்திருக்கும். நான் அவளை மறக்க முயற்சி செய்கிறேன், ஆனால் முடியவில்லை.

ஒருகாலத்தில் வால்வோ, தான் விதைத்ததையே அறுவடை செய்தான் என்பதாக எண்ணினேன். கடவுள் நம்பமுடியாத வழிகளில் செயல்படுகிறார் என்று சொல்லி, காவல்காரனின் பெண்ணுக்கு நிகழ்ந்ததையும் வால்வோவின் கொடூர முடிவையும் தொடர்பு செய்து பார்த்தேன். ஆனால் இனியும் அது அப்படியில்லை. இப்போது நான் அந்த ஆறுதலைத் தூக்கிச் சுமப்பதில்லை, மேலும் இனியும் கொச்சபம்பாவாக இல்லாத இந்த நகரத்தின் சில உறக்கமற்ற இரவுகளில், என்னை நிம்மதியாக சுவாசிக்க அனுமதிக்கும் அமைதியான தருணத்தை அர்த்தமற்றுத் தேடிக் கொண்டிருக்கிறேன்.

குறிப்புகள்

1. *Casa de la Libertad* - சுக்ரேவின் 'சுதந்திர இல்லம்' எனும் அருங்காட்சியகம்.
2. *Chapaco* - பொலிவியாவில் பேசப்படும் ஸ்பானிஷ் உச்சரிப்பு
3. *Chaquena* - அர்ஜெண்டினாவின் சால்டா மாகாணத்திலுள்ள கிராமம்
4. *Chilli con carne* - காரமாக சமைக்கப்பட்ட மாட்டிறைச்சி
5. *Anceito Arce* - பொலிவிய ஜனாதிபதி
6. *Tarijenos* - டாரிஜா பகுதியைச் சேர்ந்த முரடர்கள்

- புது எழுத்து

■■■

மோ யான் (சீனா)
Mo yan (1955)

2012ஆம் ஆண்டு இலக்கியத்துக்கான நோபல் பரிசினை வென்ற மோ யானுடைய இயற்பெயர் குவான் மோயி என்பதாகும். மோ யான் என்கிற அவருடைய புனைப்பெயருக்கு "பேசாதே" என்று பொருள். தன்னுடைய பதின்மகாலங்களில் சீனாவில் நடைபெற்ற கலாச்சாரப் புரட்சி காலங்களில் எப்போதும் மனதிலுள்ளதை யாரிடமும் பகிர்ந்து கொள்ள வேண்டாம் என்று அம்மாவின் அறிவுரை வார்த்தைகளையே தான் எழுதத் துவங்கியபோது தனது புனைப்பெயராக வைத்துக் கொண்டார். வடகிழக்கு சீனாவிலுள்ள ஷாண்டாங் மாகாணத்தில் 1955இல் பிறந்தார் மோ யான். அவரைப் பெற்றவர்கள் விவசாயத்தில் ஈடுபட்டிருந்தார்கள். பனிரெண்டு வயதானபோது, நாட்டில் நடந்த புரட்சியின் காரணமாக, பள்ளிப்படிப்பைக் கைவிட்டு வேலைக்குச் சென்றார். 1976இல் மக்கள் விடுதலை இராணுவத்தில் இணைந்தார். இந்தக் காலகட்டத்திலிருந்துதான்

மோ யானுடைய இலக்கியப்பயணம் தொடங்குகிறது. தீவிரமாக வாசிக்கவும் எழுதவும் இருந்தவரின் முதல் கதை 1981இல் ஓர் இலக்கிய சஞ்சிகையில் வெளியானது. அப்போது தொடங்கி இதுவரைக்கும் பதினோரு நாவல்களும் மிக அதிக எண்ணிக்கையில் சிறுகதைகளும் நெடுங்கதைகளும் எழுதியுள்ளார். அவருடைய பெரும்பாலான படைப்புகள் ஆங்கிலத்திலும் உலகின் பல்வேறு மொழிகளிலும் மொழிபெயர்க்கப்பட்டுள்ளன. காப்ரியல் கார்சியா மார்க்குவேசின் மாந்திரீக யதார்த்தம் மற்றும் லு சுன்னின் சமூக யதார்த்த எழுத்துகள் சார்ந்து தன்னுடைய படைப்புலகை மோ யான் உருவாக்கிக் கொண்டார். அவருடைய எழுத்துகள் பெரும்பாலும் இளவயது நினைவுகள் மற்றும் பிறந்து வளர்ந்த நிலத்தின் இயல்புகள் சார்ந்தும் அமைகின்றன. நவீன சீன சமூகத்தின் மீது அவர் கொண்டிருக்கும் விமர்சனங்களை தைரியமாக முன்வைக்கின்றன. பெரிதும் அறியப்பட்ட அவருடைய நாவலான ரெட் சொர்கம் இதற்கான மிகச்சிறந்த சான்றாக விளங்குகிறது. இருபதாம் நூற்றாண்டின் வெவ்வேறு பதிற்றாண்டுகளில் நடக்கும் நிகழ்வுகளை தொடர்புபடுத்தி குவாமி நிலத்தின் சரித்திரத்தை குறுக்குவெட்டாகப் பதிவு செய்யும் ஐந்து கதைகளைக் கொண்ட நாவல் இது. கொள்ளைக்காரர்களின் வாழ்க்கை முறை, ஜப்பானியர்களின் ஆக்கிரமிப்பு, பாவப்பட்ட ஏழை உழவர்களின் பாடுகள் எனப் பல்வேறு விசயங்களை இந்த நாவலின் மூலமாக மோ யான் விரிவாகப் பேசியிருந்தார். நிலம் மற்றும் அனுபவங்கள் தாண்டி அவருடைய எழுத்துகளில் காணப்படும் அவல நகைச்சுவை மிகவும் அற்புதமானது. ஆட்சியாளர்களோடு சமரசம் செய்து கொள்கிறார், அவருடைய மொழி நோய்வாய்ப்பட்ட மொழி என்றெல்லாம் விமர்சகர்கள் சொன்னாலும் சீனாவின் தவிர்க்க முடியாத எழுத்தாளர் மோ யான்.

எருது

மோ யான்

இறைச்சிக்காக கொல்லப்படும் மிருகங்களுடைய நுரையீரலுக்குப் போகும் இரத்த நாளங்களில் அழுத்தம் நிரம்பிய நீரைச் செலுத்தும் அறிவியல் வழிமுறையைக் கண்டுபிடித்தது லாவோ லான்தான். இந்த வழிமுறையின் மூலம், உங்களால் இருநூறு ஜின் எடையுள்ள பன்றிக்குள் ஒரு வாளி நிறைய நீரை நிரப்பமுடியும், ஆனால் அதேவேளையில், பழைய வழிமுறையால் இறந்த பசுவின் பிணத்துக்குள் அரை வாளி நீரைக்கூட நிரப்பமுடியாது. பல வருடங்களாக, இறைச்சி என்றெண்ணி தண்ணீருக்காக எங்கள் கிராமத்தின் சாமர்த்தியமான மனிதர்கள் செலவிட்டிருக்கக்கூடிய தொகை எவ்வளவு என்பது ஒருபோதும் தெரியவராது, ஆனால் அது அதிர்ச்சி தரும்படியான மிகப்பெரிய தொகையாக இருக்கும் என்பது எனக்கு கண்டிப்பாகத் தெரியும்.

லாவோ லான், கணிசமாகப் பெருத்த வயிறையும் சிவந்த கன்னங்களையும் கொண்டிருந்தான்; அவனது குரல் மணியைப்போல கணீரென்று உரத்து ஒலித்தது. ஒரு வார்த்தையில் சொல்வதானால், அவன் ஒரு வளம் பொருந்திய அதிகாரியாயிருக்கப் பிறந்தவன். கிராமத்தின் தலைமைப் பொறுப்புக்கு வந்தபிறகு, அவன் சுயநலமின்றி கிராமவாசிகளுக்கு தண்ணீரைச் செலுத்தும் முறையைப் பயிற்றுவித்தான். மேலும் உள்ளூரைச் சேர்ந்த "தந்திரங்களின்-மூலம்-செல்வம்" எனும் அமைப்புக்கும் தலைவனாயிருந்தான். சில கிராமவாசிகள் கோபம்கொண்டு கத்தினார்கள், சிலர் சுவரொட்டிகளின் மூலம் அவனைத் தாக்கினார்கள், கிராமவாசிகளின் ஆட்சியை அகற்றும் எண்ணம்கொண்ட பழிவாங்கும் குணம் படைத்த பண்ணை முதலாளிகளுடைய கூட்டத்தின் ஒரு அங்கத்தினன் என்று சொன்னார்கள். ஆனால் அதுபோன்ற பேச்சுகள் வழக்கொழிந்தவையாக

இருந்தன. கிராமத்து ஒலிபெருக்கி அமைப்பின்வாயிலாக லாவோ வான் அறிவித்தான், “டிராகன்கள் டிராகன்களைத் தோற்கடிக்கும், ஃபீனிக்ஸ்கள் ஃபீனிக்ஸ்களையே உருவாக்கும், மேலும் ஒரு எலி குழிகளைப் பறிக்கவே பிறக்கிறது”. சில காலத்துக்குப்பிறகு, அவன், தனது திறமைகளை எப்போதுமே மாணவர்களுக்குக் கடத்தாத குங்பூ மாஸ்டரைப் போன்றவன் என்பதை நாங்கள் உணர்ந்தோம் - தன்னைப் பாதுகாக்கும் வலைக்கென போதுமானவற்ற தக்கவைத்துக்கொள்பவன். மற்றவர்களுடையதைப் போலவே, லாவோ லானுடைய இறைச்சியும் தண்ணீர் செலுத்தப்பட்டதாக இருந்தது, ஆனால் அவனுடையது பார்க்கப் புதிதெனவும் நறுமணத்தோடும் இருந்தது. நீங்கள் அதை இரண்டு நாட்கள் சூரியனுக்குக் கீழே விட்டுச்சென்றாலும் கெட்டுப்போகாது, மற்றவர்களுடையதோ, முதல் நாள் விற்பனை ஆகாவிட்டால் புழு வைத்துவிடும். ஒருபோதும் விற்காமல் போகக்கூடும் எனும் ஆபத்து சிறிதுமற்றதாய் தோற்றமளிக்கும் இறைச்சி; ஆகவே, தனது பொருள் உடனடியாக விற்பனை ஆகவில்லையெனில் விலைகளைக் குறைப்பது தொடர்பாக லாவோ லான் கவலைகொள்ள வேண்டியிருந்ததில்லை.

லாவோ லான், தனது இறைச்சிக்குள் செலுத்துவது தண்ணீர் அல்ல, ஃபார்மால்டிஹைட் என்பதை, எனது அப்பா லுவோ டாங் எனக்குச் சொன்னார். லாவோ லானைக் காட்டிலும் என்னுடைய அப்பா சாமர்த்தியம் நிரம்பியவர். எப்போதும் அவர் பௌதீகம் பயின்றதில்லை, ஆனால் அவருக்கு நேர் மற்றும் எதிர் மின்சாரம்பற்றி தெரிந்திருந்தது; எப்போதும் உயிரியல் பயின்றதில்லை, ஆனால் விந்து மற்றும் கருமுட்டைகுறித்துச் சொல்வதில் அவர் தேர்ந்திருந்தார்; மேலும் அவர் வேதியியலும் படித்ததில்லை, ஆனால் ஃபார்மால்டிஹைட் நுண்கிருமிகளைக் கொல்லக்கூடியது, இறைச்சியைக் கெட்டுப்போகாமல் பாதுகாக்கும், புரதங்களை திடப்படுத்தும் என்பது அவருக்குத் தெரிந்திருந்தது, இதன்மூலமாகவே லாவோ லான், தனது இறைச்சிக்குள் ஃபார்மால்டிஹைடைச் செலுத்துகிறான் என்பதை அவரால் ஊகிக்கமுடிந்தது. செல்வந்தராக வேண்டும் என்பது என் அப்பாவின் நிரலில் இருந்திருந்தால், கிராமத்திலேயே பணக்கார மனிதனாவதில் அவருக்கு எந்தச் சிரமமும் இருக்காது, நான் அதை உறுதியாக அறிந்திருந்தேன். ஆனால் அவர் மனிதர்களிடையே ஒரு டிராகனாக இருந்தார், டிராகன்களுக்கு செல்வம் சேர்ப்பதில்

ஆர்வமிருப்பதில்லை. நீங்கள் அணில்கள் மற்றும் எலிகள் போன்ற பிராணிகள் உணவைச் சேமிக்க வளைகள் பறிப்பதைப் பார்த்திருக்கக்கூடும், ஆனால் மிருகங்களின் அரசனான புலி, அதுபோல ஒன்றைச் செய்வதை எப்போது, யார்தான் பார்த்திருக்க முடியும்? புலிகள் தங்களது பெரும்பாலான நேரத்தை குகைகளில் தூங்கிக் கழிக்கும், பசி அவைகளை தனக்கான இரையைத் தேடி வேட்டையாடத் தூண்டும்போது மட்டுமே வெளியேறும். அதுபோல, எனது அப்பாவும் தனது பெரும்பாலான நேரங்களை உறங்கி, உண்டு, குடித்து, கொண்டாடிக் கழித்தார், பசியின் தீவிரம் அவரை வருமானத்தை தேடச் சொல்லும்போது மட்டும் வெளியேவருவார். வெண்ணிறத்தில் கத்தியைச் செருகி சிவப்பாய் வெளியே எடுக்கும், இரத்தத்தினாலான பணத்தைச் சேர்க்கும், லாவோ லானைப்போலவோ அல்லது அம்மாதிரியான இனத்தைச் சேர்ந்த மனிதர்கள்போலவோ, அவர் ஒருகணமும் இருந்ததில்லை அல்லது மற்ற சில கிராமத்து மனிதர்கள்போல, இரயில் நிலையத்துக்குச் சென்று நெற்றி வியர்வை சிந்த உழைக்கும் சுமைதூக்கியின் கூலியைப் பெறவும் அவர் விருப்பம் கொண்டிருக்கவில்லை. அப்பா, அவரது சாதுர்யத்தால் பிழைத்தார்.

பழங்காலத்தில், பாவோ டிங் எனும் புகழ்பெற்ற சமையல் நிபுணன் இருந்தான், மாடுகளை வெட்டுவதில் தேர்ந்தவன். நவீன காலத்தில், அவற்றை அளவெடுப்பதில் தேர்ந்த மனிதரொருவர் இருந்தார் - எனது அப்பா. பாவோ டிங்கின் கண்களில் மாடுகள் என்பது எலும்புகளும் உண்ணத்தகுந்த சதையும் மட்டுமே. எனது அப்பாவின் கண்களிலும் அவை அப்படியே இருந்தன. பாவோ டிங்கின் பார்வை கத்தியைப் போல மிகக்கூர்மையானது; எனது அப்பாவினுடையது கத்தியைப் போல கூர்மையானது மற்றும் அளவுகோலைப் போல மிகத் துல்லியமானது. நான் சொல்ல வருவது யாதெனில்; நீங்கள் ஒரு உயிருள்ள மாட்டை எனது அப்பாவிடம் கொண்டு வந்தால், அவர் அதனை இருமுறை சுற்றி வருவார், அதிகபட்சம் மூன்று முறை, வெகு அரிதாகத் தனது கையை மிருகத்தின் முன்னங்கால்களின் கீழே செலுத்துவார் - வெறுமனே பெயருக்கு - பிறகு அதன் மொத்த எடையையும் எலும்புகளிலிருக்கும் இறைச்சியின் அளவையும் நம்பிக்கையாக அருதியிட்டுச் சொல்வார், அது எப்போதும் இங்கிலாந்தின் பெரிய இறைச்சிக்கூடங்களில்

எருது | 129

பயன்படும் நவீன எண்முறை அளவுகோல்களில் பதிவாகக்கூடிய எடையிலிருந்து ஒரு ராத்தலுக்குள் இருக்கும். முதலில், மக்கள் எனது அப்பாவை காற்று நிரம்பிய வெற்றுப்பை என்றெண்ணினார்கள். ஆனால் பலமுறை அவரை பரிசோதித்தபிறகு நம்பிக்கையாளர்களாக மாறினார்கள். பண்ணைக்காரர்களுக்கும் கசாப்புக்காரர்களுக்கும் இடையிலான விவகாரங்களில் அவரது இருப்பு குருட்டு அதிர்ஷ்டம் என்பதை இல்லாமலாக்கி அடிப்படை நியாயத்தை உறுதிசெய்தது. அவரது அதிகாரம் உறுதியானபிறகு, தங்களுக்குச் சாதகமாக இருக்கும்படி, பண்ணைக்காரர்கள் மற்றும் கசாப்புக்காரர்கள் என இருவருமே அவரது உதவியை நாடினார்கள். ஆனால், தீர்க்கமான பார்வையுடைய மனிதராக, அற்ப லாபங்களுக்காக தனது நற்பெயரை களங்கத்துக்குள்ளாக்க அவர் எப்போதும் தயாராயில்லை, ஏனெனில் அவ்வாறு செய்வதன்மூலம் அவர் தன் சாப்பாட்டுப் பாத்திரத்தை உடைத்தெறிகிறார். எங்கள் வீட்டுக்கு யாரேனும் பண்ணைக்காரன் சிகரெட்டுகளையும் மதுவையும் பரிசாகக் கொண்டுவந்தால், எனது அப்பா அவற்றைத் தெருவில் வீசியெறிவார், பிறகு தோட்டச்சுவரின் மீதேறி சத்தமாகத் திட்டுவார். பன்றியின் தலையைப் பரிசாக ஒரு கசாப்புக்காரன் கொண்டுவந்தாலும், எனது அப்பா அதை தெருவில் வீசியெறிந்து, தோட்டச்சுவர் மீதேறி சத்தமாகத் திட்டுவார். பண்ணைக்காரர்கள் மற்றும் கசாப்புக்காரர்கள் இருவருமே லுவோ டாங் ஒரு முட்டாள் என்றார்கள், ஆனால் அவர்கள் அறிந்த மனிதர்களில் மிக நேர்மையானவர்.

மக்கள் அவரை முழுமையாக நம்பினார்கள். ஏதேனும் விவகாரம் வேறெங்கும் நகரவியலாதநிலையை அடையும்போது இருதரப்பில் இருப்பவர்களும் அதைத் தீர்த்துவைக்க வேண்டும் என்பதாக அவரைப் பார்ப்பார்கள். "வாதிடுவதை நிறுத்தி லுவோ டாங் என்ன சொல்கிறான் எனக் கேட்போம்!". "சரி, நாம் அப்படியே செய்யலாம். லுவோ டாங்! நீயே நீதிபதியாக இரு". சற்றே அகம்பாவத்தோடு, வாங்குபவரையோ விற்பவரையோ பார்க்காமல், எனது அப்பா மிருகத்தை இருமுறை சுற்றிவருவார், பிறகு வானத்தை ஒருமுறை நிமிர்ந்து பார்த்து மொத்த எடையையும் எலும்புகளின்மீதான இறைச்சியின் அளவையும் அறிவிப்பார், பின்பாக அதன் விலையையும். பிறகு ஒரு சிகரெட் புகைப்பதற்கென விலகிச் செல்வார். விற்பவரும் வாங்குபவரும் நெருங்கி கைகுலுக்குவார்கள்.

"நல்லது, இதுவொரு அருமையான வியாபாரம்." விவகாரம் முடிந்தபிறகு வாங்கியவரும் விற்றவரும் எனது அப்பாவிடம் வந்து தலா ஒரு பத்து யுவான் நோட்டைக் கொடுத்து அவரது உதவிக்கு நன்றி சொல்வார்கள். இதில் தெளிவுபடுத்தவேண்டியது யாதெனில், கால்நடைகளின் வியாபாரத்தில் எனது அப்பா தலையிடும்முன்பாக, வியாபாரங்கள் பழைய வழிமுறைகளைப் பின்பற்றிய தரகர்களால் நிகழ்த்தப்பட்டன, கருத்த, மெலிந்த, பரிதாபகரமான முதிய மனிதர்கள், சிலருடைய முதுகை ஒட்டி வாரிப்பின்னிய கேசம் தொங்கிக்கொண்டிருக்கும், அகலமான, ஒன்றன்மீது ஒன்றாக மடிக்கப்பட்ட துணிகளால் மறைத்து விரல்களின் சைகைகளில் பேரம் பேசுகிற கலையில் தேர்ந்தவர்கள், அதன்மூலமாக இந்தத் தொழிலுக்கு ஒரு மர்மமான அடையாளத்தை வழங்கியவர்கள். எனது அப்பா, நம்பத்தகாத கண்களைக் கொண்டிருந்த இந்தத் தரகர்களை வரலாற்றின் மேடையிலிருந்து திறம்பட வெளியேற்றினார். குளம்புகளைக் கொண்ட கால்நடைகளை விற்பதிலும் வாங்குவதிலும் ஏற்பட்ட இந்த அபாரமான முன்னேற்றத்தை, சற்றே மிகைப்படுத்திச் சொல்வதென்றாலும், ஒரு புரட்சியென்றே குறிப்பிடலாம். எனது அப்பாவின் கூர்மையான கண்கள் பசு மாடுகளோடு நின்றுவிடவில்லை. மாறாக, பன்றிகளையும் கிடையாடுகளையும் பார்க்கத் தொடங்கின. ஒரு மேசையை உருவாக்கக்கூடிய அல்லது உடன் ஒரு நாற்காலியையும் உருவாக்கக்கூடிய, மேலும் மிகச்சிறந்த திறமையுடையவனாயிருப்பின், ஒரு சவப்பெட்டியையும் உருவாக்கக்கூடிய தேர்ந்த தச்சனைப்போல எனது அப்பாவுக்கு ஒட்டகங்களை அளவிடுவதுகூட சிரமமாயிருக்கவில்லை.

ஒரு கோடைதினத்தின் அதிகாலையில், கதிரடிக்கும் நிலத்துக்கு அப்பா என்னை, தனது தோள்களில் சுமந்து சென்றார். நாங்கள் இன்னும் எனது தாத்தாவிடமிருந்து பெற்றிருந்த மூன்று அறைகள்கொண்ட சிறிய வீட்டில்தான் வசித்துவந்தோம். சிவப்புநிறத் தட்டையோடுகள் வேயப்பட்ட கூரைகளையுடைய புதிய வீடுகளின் குவியலுக்கிடையே அது சிக்கிக் கொண்டிருந்தது, பட்டு மற்றும் சாட்டின் துணிகளை அணிந்த பணக்கார வியாபாரிகள் மற்றும் நிலச்சுவான்தார்களின் கூட்டத்தின்முன் மண்டியிட்டு பிச்சை கேட்கிற பிச்சைக்காரனைப் போல, எங்களது சிறிய வீடு அசிங்கமாகவும் குறிப்பாக, சகிக்கமுடியாததாகவும் இருந்தது. எங்களது வெளிப்புறச்சுவர்

ஒரு வளர்ந்த மனிதனின் இடுப்பளவே இருந்தது, களைகள் அதன்மீது படர்ந்திருந்தன. அதிகம் உண்கிற, சோம்பித் திரிகிற எனது அப்பாவுக்கு நன்றி, இருவேறு எல்லைகளிலான வாழ்க்கையை நாங்கள் வாழ்ந்தோம், நல்ல நேரங்களின்போது அடுப்பில் இறைச்சி நிரம்பிய பானையும் போதாத காலங்களில் காலியான பானையும் இருக்கும். அம்மாவின் மூர்க்கமான வசவுகளுக்கு இலக்காகும்போதெல்லாம் அவர் சொல்வார்: “வெகு விரைவில், ஏதேனும் ஒரு தினத்தில், இரண்டாவது நிலச் சீர்திருத்த ஒழுங்குமுறைகள் அமலாகும், அவ்வாறு அது நிகழும்போது நீ எனக்கு நன்றி சொல்வாய். ஒரு நிமிடம்கூட லாவோ லானைப் பார்த்து பொறாமை கொள்ளாதே, ஏனெனில் அவனுடைய நிலச்சுவான்தார் அப்பனைப்போலவே அவனும் முடிந்துபோவான், வறுமையில் வாடும் குடியானவர்களின் கூட்டத்தால் பாலத்தின் முனைக்கு இழுத்துச் செல்லப்பட்டு சுடப்படுவான்.” கற்பனையானதொரு துப்பாக்கியால் அம்மாவின் தலையைக் குறிவைத்து ஒரு சுற்று சுடுவார்; பாங்! அவள், தனது தலையை இரு கைகளாலும் பற்றிக்கொண்டு பயத்தில் வெளுத்துப்போவாள். ஆனால் இரண்டாவது நிலச் சீர்திருத்தச் சட்டம் என்பது வரவில்லை, வரவேயில்லை, ஆகவே, தனது பன்றிகளுக்கு உணவிட வேண்டி, மக்கள் தூக்கியெறிந்த அழுகிய சீனிக்கிழங்குகளை அம்மா பொறுக்கிக்கொண்டு வரும்படி நேர்ந்தது. எங்களுடைய இரு பன்றிக்குட்டிகளுக்கும் உண்ணப் போதுமான உணவு எப்போதும் கிடைக்காது, பெரும்பாலான நேரங்களில் அவை பசியால் கிறீச்சிட்டன. அது மிகவும் நாராசமாயிருந்தது.

அன்று காலை, அப்பா கோபமாகத் திட்டினார். “என்ன இழவிற்காக நீங்கள் இப்படிச் சத்தமிடுகிறீர்கள்? இப்படியே செய்துகொண்டிருந்தால் வேசைக்குப் பிறந்த உங்களிருவரையும் பானையில் தூக்கிப்போட்டு இரவுணவுக்கு சாப்பிட்டு விடுவேன்.”

கையிலிருந்த நீண்ட வெட்டுக்கத்தியோடு அம்மா அவரை வெறித்தாள். “அதைப்பற்றி நினைக்கவும் செய்யாதே” என்றாள். “அவை என்னுடைய பன்றிகள், அவற்றை வளர்த்தது நான், யாரும் அவற்றின் ரோமத்துக்குக்கூட தீங்கிழைக்க முடியாது. ஒன்று மீன் இறக்கவேண்டும் அல்லது வலை அறுந்து போகவேண்டும்.”

"ரொம்பவும் அலட்டிக் கொள்ளாதே" ஆரவாரமாய் சிரித்தபடி அப்பா சொன்னார். "எலும்பும் தோலுமான இந்த மிருகங்களை எதற்காகவும் நான் தொடமாட்டேன்."

நான் பன்றிகளை நீண்டநேரம் பார்த்துக் கொண்டிருந்தேன் - அவை இரண்டிலுமே நிறைய இறைச்சி இல்லை என்பது உண்மைதான், ஆனால் அந்த சதைப்பற்று நிரம்பிய நான்கு காதுகளும் அருமையான நொறுக்குத்தீனியாக இருக்கக்கூடும். என்னைப் பொறுத்தமட்டில், காதுகள்தான் பன்றிகளின் தலையிலுள்ள சிறந்த பகுதிகள் - கொழுப்பு கிடையாது, அதிகமான எண்ணெய்ப் பசையற்ற, நல்ல மொறுமொறுப்பான சின்னஞ்சிறிய எலும்புகள். மலர்களோடு கூடிய மெலிந்த வெள்ளரிகளோடும், பொடித்த இஞ்சி மற்றும் சீசேம் எண்ணெயோடு சேர்த்துச் சாப்பிட மிகச் சிறந்தவை. "நாம் அவற்றின் காதுகளை உண்ணலாம்" என்றேன்.

"நான் உனது காதுகளை அறுத்து அவற்றைச் சாப்பிடுவேன், வேசைக்குப் பிறந்தவனே" என்றாள் அம்மா. எனது காதுகளைப் பிடித்து இறுக்கமாகத் திருகினாள், அப்பா - எனது கழுத்தைப் பிடித்து - என்னை விடுவிக்க முயன்றார், எனது காதுகள் அறுந்துவிடுமோ என்கிற பயத்தில் எனது சக்தியனைத்தும் திரட்டி அலறினேன். எனது அலறல்கள் கிராமத்தில் அறுக்கப்படும் பன்றிகளின் கிறீச்சிடல்களைப் போல ஒலித்தன. இறுதியாக, அப்பா, தனது அபரிமிதமான பலத்தின் துணையால் என்னை விடுவித்தார்.

வெறி, அம்மாவின் முகத்தை மெழுகாலானதென மாற்றி உதடுகளை சிவக்கச் செய்தது; தலை முதல் பாதம் வரை துடிக்க அவள் அடுப்பினருகே நின்றிருந்தாள். எனது அப்பாவின் பாதுகாப்பில் தைரியம் வரப்பெற்றவனாக நான் அவளது முழுப்பெயரைச் சொல்லி சபித்தேன்: "யாங் யூஷென், நாற்றமடிக்கும் கிழவியே, நீ எனது வாழ்க்கையை வாழும் நரகமாக்குகிறாய்!"

வெடித்துக் கிளம்பிய எனது வார்த்தைகளால் செயலற்று என்னைப் பார்த்துக் கொண்டிருந்தாள், உள்ளூற சிரித்துக்கொண்டவராக அப்பா என்னைத் தூக்கினார், பின்பு ஓட்டமெடுத்தார். அம்மாவின் நாராசமான புலம்பலொலி எங்களை வந்தடைந்தபோது நாங்கள் தோட்டத்திலிருந்தோம்.

எருது | 133

“நான் செத்துத் தொலையலாம், பைத்தியம்பிடித்ததைப்போல் இருக்கிறது, வேசைக்குப் பிறந்தவனே..”

அப்பா, என் தலையில் மெதுவாகத் தட்டி மென்மையாகக் கேட்டார்: “குட்டிச்சாத்தானே, நீ எப்படி உன் அம்மாவின் முழுப்பெயரையும் தெரிந்து கொண்டாய்?”

நான் அவரது கருத்த நம்பிக்கையற்ற முகத்தை ஏறிட்டேன். “நீங்கள் சொல்வதை நான் கேட்டிருக்கிறேன்.”

“அவளுடைய பெயர் யாங் யூஷென் என்பதை நா்ன் எப்போது உன்னிடம் சொன்னேன்?”

“நீங்கள் அதை வைல்ட் ம்யூல் அத்தையிடம் சொன்னீர்கள், நீங்கள்தான் சொன்னீர்கள்: ‘யாங் யூஷென், நாற்றமடிக்கும் அந்தக் கிழவி எனது வாழ்க்கையை வாழும் நரகமாக்குகிறாள்.’”

அப்பா என்னுடைய வாயை தனது கைகளால் இறுகப்பொத்தி அடிமூச்சினூடாகச் சொன்னார்: “வாயை மூடு முட்டாளே. இதுவரை நான் உனக்கு நல்ல தகப்பனாக இருந்திருக்கிறேன். இப்போதைக்கு நீ சென்று அவையனைத்தையும் கெடுத்துவிடாதே.”

கையில் நீண்ட வெட்டுக்கத்தியோடு அம்மா வீட்டைவிட்டு வெளியே வந்தாள். “லுவோ டாங்” எனக் கத்தினாள், “லுவோ ஷியோடாங், வேசைகளுக்குப் பிறந்த இரண்டு மகன்களே, ஒழுக்கமற்ற தெருநாய்களே, உங்களிருவரையும் உடன் அழைத்துச்செல்ல முடியுமென்றால் இன்றே செத்துப்போவது குறித்து நான் கவலைப்படமாட்டேன். இந்தக் குடும்பத்தின் முடிவை இன்றைய தினம் கண்டிப்பாகச் சந்திக்கும்!”

அவள் முகத்திலிருந்த கொடூரமான பார்வை இது எந்தவகையிலும் நகைச்சுவையல்ல என்பதை எனக்குத் தெரிவித்தது. எனது அப்பா சிதறடிக்கப்பட்டதொரு வாழ்க்கையை வாழ்ந்திருக்கலாம், ஆனால் அவர் முட்டாள் அல்ல. புத்திசாலி மனிதன் ஆபத்துகளைத் தவிர்ப்பான். அவர் என்னை வாரியெடுத்துத் தன் கைகளின்கீழே அடக்கிக்கொண்டார், எக்கச்சக்கமான பிரச்சனைகளையும் வெறிகொண்ட எனது அம்மாவையும் பின்தங்கச் செய்து,

திரும்பி சுவரை நோக்கி ஓடி கிட்டத்தட்ட குட்டிக்கரணமடித்து தாண்டினார். எங்களைப்போலவே சுவரைத் தாண்டிக் குதிக்கும் அவளது திறன்குறித்து சந்தேகப்படும் சிரமத்தை நான் மேற்கொள்ளவில்லை, ஆனால் அவள் அப்படிச் செய்யாதிருக்க முடிவு செய்தாள். தோட்டத்தைவிட்டு விரட்டிய பின்பாக எங்களைத் துரத்துவதை அவள் நிறுத்தினாள். சில கணங்களுக்கு சுவரின்கீழே நின்று தவ்விக் கொண்டிருந்தாள், பிறகு, அழுகிக்கொண்டிருக்கும் சீனிக்கிழங்குகளைச் சீவி முடிக்கவும் காற்றை தனது பெருத்த வசவுகளால் நிரப்பவும் உள்ளே திரும்பிப்போனாள். ஆவேசம் வெளியேறுவதற்கான அற்புதமான வழி அது; இரத்தமோ, குழப்பமோ இல்லை, சட்டம் எந்தவகையிலும் மீறப்படவில்லை, இருந்தாலும் அந்த அழுகிய கிழங்குகள் என்பவை அவளது மோசமான எதிரிகளின் தலைகளுக்கான மாற்று என்பதை நான் அறிந்திருந்தேன்.

இப்போது, நான் மீண்டும் யோசிக்கும்போது, அவளது மூளையிலிருந்த உண்மையான மோசமான எதிரியென்பது நானோ அப்பாவோ அல்ல - அது அனைவராலும் காட்டுக் கோவேறுக்கழுதை எனப் பொருள்படும்படியாக வைல்ட் ம்யூல் என்றழைக்கப்பட்டவள்தான் - கிராமத்தில் சாராயக்கடை நடத்துபவள். அந்த நடத்தைகெட்டவள், எனது அப்பாவை மயக்கிவிட்டதாக அம்மா நம்பினாள், அது சூழ்நிலைபற்றிய சரியான கணிப்புதானா இல்லையா என்பதை என்னால் சாதாரணமாகச் சொல்லிவிட முடியாது. அப்பா மற்றும் வைல்ட் ம்யூலின் உறவென்று வரும்போது, யார் யாரை மயக்கியது என்றும், முதல் சரசப் பார்வையை யார் வீசியதென்றும் அறிந்த மக்கள் யாரேனும் உண்டெனில் அது அந்த இருவர் மட்டுமே.

கதிரடிக்கும் நிலத்தை நாங்கள் சென்றடைந்தபோது, அதன் நுழைவாயிலில், கசாப்புக்காரர்களின் வருகைக்காக சிகரெட் பிடித்தபடி காத்துக் கொண்டிருந்தவர்களாக, ஏழெட்டு கால்நடை வியாபாரிகள் தங்களுடைய புட்டத்தை இருத்தி அமர்ந்திருந்தார்கள். (எங்களுடைய கிராமம் மிகப்பெரிய கசாப்புக்கடையாக மாறிவிட்ட சூழலில், எல்லா காரண காரியங்களோடும் வயல்கள் தரிசாக விடப்பட்டன, கதிரடிக்கும் நிலம் தற்போது கால்நடைகளை வாங்கி விற்கும் நிலமாக மாறியிருந்தது). தங்களுக்கு நேரவிருக்கும் தண்டனையின் விதியை அறியாதவையாக, பராக்கு பார்த்துக்கொண்டும் கவளங்களை மென்றபடியும், கால்நடைகள் ஓரமாக

நின்றிருந்தன. பெரும்பாலும் மேற்கு நாடுகளிலிருந்து வந்திருந்த வியாபாரிகள் ரேடியோ நாடக நடிகர்களைப்போல வினோதமான உச்சரிப்பில் பேசினார்கள். கிட்டத்தட்ட, பத்து நாட்களுக்கு ஒருமுறை அவர்கள் வருவார்கள், ஒவ்வொருவரும் தங்களோடு இரண்டு கிடை கால்நடைகளைக் கூட்டி வருவார்கள், மூன்றாகக்கூட இருக்கலாம். பெரும்பாலான நேரங்களில், மிக மெதுவாக நகரும், பயணிகள் மற்றும் சரக்குகளை ஒன்றாகக் கொணரும் ரயிலில், அவர்கள் வருவார்கள், மனிதர்களும் மிருகங்களும் ஒரே பெட்டியில், எங்கள் கிராமத்தின் அருகிலிருக்கும் ரயில் நிலையத்துக்கு அஸ்தமனத்தின் போது வந்து சேருவார்கள். இரயில் நிலையம் பத்து லி தூரம்கூட இருக்காது என்றாலும் நள்ளிரவுக்குமுன் எப்போதும் அவர்கள் கிராமத்தை வந்தடைய மாட்டார்கள். பொழுதுபோக்காக நடந்தால்கூட ஒன்று அல்லது இரண்டு மணி நேரங்களில் வரக்கூடிய பிரயாணத்துக்கு இந்த வியாபாரிகளுக்கும் அவர்களுடைய கால்நடைகளுக்கும் எட்டு மணிநேரம் ஆனது. ஏன், அவர்கள் எங்கள் கிராமத்தை வந்தடைய நள்ளிரவு நேரத்தையே தேர்வு செய்தார்கள்? அது அவர்களின் ரகசியம். நான் சிறுவனாக இருந்தபோது, எனது பெற்றோரிடமும் கிராமத்திலிருந்த சில முதிய தாடி நரைத்த மனிதர்களிடமும் இதே கேள்வியைக் கேட்டேன். ஆனால் அவர்கள், நான் ஏதோ அவர்களிடம் வாழ்க்கையின் அர்த்தத்தையோ, அனைவருக்கும் பதில் தெரிந்ததொரு கேள்வியைக் கேட்டதைப்போலவோ என்னை வெறித்துப் பார்த்தார்கள்.

கால்நடைகளின் வருகையென்பது கிராமத்திலிருந்த நாய்களுக்கு - ஆண், பெண், குழந்தை, முதியவர் எனத் தூங்கும் அனைவரையும் எழுப்பும்படியாக - கூட்டமாய்ச் சேர்ந்து குரைப்பதற்கான ஒரு சமிக்ஞையாக இருந்தது, அது எங்களுக்கு கால்நடை வியாபாரிகளின் வருகையைத் தெரிவிக்கும். எனது பால்ய நினைவுகளில், அது ஒரு மர்மம் நிரம்பிய மனிதர்களின் கூட்டம், இந்த மர்மம் எனும் உணர்வு கண்டிப்பாக நள்ளிரவுக்குப்பின் அவர்கள் கிராமத்துக்குள் நுழைவதோடு பிணைந்திருந்தது. நிலாவெளிச்சம் பொங்கும் சில இரவுகளில், நாய்களின் குரைப்பொலியால் அமைதி கிழிபடும்போது, வெகு சவுகரியமாக போர்வையைப் போர்த்தியபடி எழுந்தமர்ந்து, தனது முகத்தை சாளரத்துக்கு நெருக்கமாக வைத்துக்கொண்டு அம்மா வெளியே தெரியும் காட்சிகளை நோட்டமிடுவாள்.

இவையெல்லாம் வைல்ட் ம்யூலோடு சேர்ந்துகொண்டு அப்பா எங்களைக் கைவிடும்முன்பாக. ஆனால் அப்போதும் அவர் வீட்டுக்குத் திரும்பிவராத சில இரவுகள் இருக்கவே செய்தன. சாளரத்துக்கு வெளியே, எங்கள் வீட்டைத் தாண்டி அமைதியாக மிருகங்களை நடத்திச்செல்லும் கால்நடை வியாபாரிகளை, சப்தம் போடாமல் எழுந்தமர்ந்து அம்மாவைத் தாண்டி நானும் பார்ப்பேன், புதிதாக குளிப்பாட்டப்பட்ட கால்நடைகள் நிலவின் ஒளியில் பளபளப்பான பிரம்மாண்டமான மண்பாண்டத் துண்டங்களென மினுங்கும். அலையெனப் பரவும் தொடர்ச்சியான குரைப்பொலி மட்டும் இல்லாதிருந்தால், நான் ஒரு அழகான நிலவெளிக் காட்சியை பார்த்துக் கொண்டிருப்பதாகவே எண்ணுவேன்; இப்போது திரும்பவும் யோசிக்கையில், நாய்களோடும்கூட, அது அப்படியான ஒன்றாகவே இருந்தது.

எங்களுடைய கிராமம் எண்ணற்ற விடுதிகளைக்கொண்டதாக பெருமை கொள்ளக்கூடியது, ஆனால் வியாபாரிகள் ஒருபோதும் அவற்றில் தங்கியதில்லை; மாறாக, மழை கொட்டினாலும் காற்று பயங்கரமாக ஓலமிட்டபடி வீசினாலும், காற்றில் கடுமையான குளிரோ, மோசமான வெக்கையோ இருந்தாலும்கூட, தங்களது கால்நடைகளை நேராகக் கதிரடிக்கும் நிலத்துக்கு நடத்திச்சென்று விடியும்வரை அங்கேயே காத்திருப்பார்கள். விடுதிக் காப்பாளர்கள் வெளியேறிச் சென்று தங்கள் வியாபாரத்தை பறைசாற்றுகிற இரவுகளும் இருந்தன, ஆனால் அழைப்பு எத்தனை மென்மையானதாக இருந்தாலும்கூட, வியாபாரிகளும் கால்நடைகளும் நகராமல், சிலைகளைப் போல, இணக்கமற்ற அந்தச் சூழ்நிலையிலேயே இருந்தார்கள். ஒருவேளை, அவர்கள் அந்தச் சிறிய அளவிலான பணத்தை இழக்க விரும்பவில்லை என்பதால் இருக்குமா? இருக்க முடியாது. தங்களுடைய கால்நடைகளை விற்ற பின்பாக நகரத்துக்குள் சென்று, வீட்டுக்குத் திரும்பிச் செல்கிற மிக மெதுவான ரயிலின் நுழைவுச்சீட்டுக்கான பணம்தான் மிச்சம் எனும்போது மட்டும் நிறுத்துமளவுக்கு, குடிப்பதும் தாறுமாறாக செலவுசெய்வதும் உண்டு என மக்கள் சொன்னார்கள். அவர்களது வாழ்க்கைமுறை குடியானவர்களிடம் இருந்து பெரிதும் வேறுபட்டிருக்க முடியாது. அவர்களுடைய எண்ணங்களும் கூட. சிறுவனாக, எங்கள் கிராமத்தைச் சேர்ந்த சில முக்கியமான மனிதர்கள் பெருமூச்சுடன் அலுத்துக்கொள்வதை ஒரு தடவைக்கும்

அதிகமாகக் கேட்டிருக்கிறேன், "ஹூம், என்னமாதிரியான மனிதர்கள் இவர்கள்? அவர்களின் தலைக்குள் இந்த உலகின் என்னதான் நடக்கிறது?". அவர்கள் சந்தைக்கு வந்தபோது, பழுப்பு மற்றும் கறுப்புநிற மாடுகளை வாங்கினார்கள், காளைகளையும் பசுக்களையும், முழுதாய் வளர்ந்த மற்றும் வளர்ந்திராத மாடுகளை, ஒருமுறை, தண்ணீர்க் குடுவைகளைப்போல தோற்றமளித்த முலைக்காம்புகளைக் கொண்டிருந்த நோய்வாய்ப்பட்ட கன்று ஈனாத இளம் பசுவைக்கூட வாங்கினார்கள், அதனுடைய விலையைக் கணக்கிடுவதில் எனது அப்பாவுக்கு குழப்பமிருந்தது, ஏனெனில் அதன் மாமிசம் உண்ணத்தகுந்ததா, இல்லையா என்பது அவருக்குத் தெரியவில்லை.

எனது அப்பாவைக் கண்டவுடன் கால்நடை வியாபாரிகள் எழுந்து நிற்பார்கள். மரியாதையின் அடையாளமாக அவர்கள் சிரித்தாலும், அதிகாலை நேரத்தில் அவர்கள் வெயிலுக்கான கண்கண்ணாடிகளை அணிந்திருப்பது பயமுறுத்தும் தோற்றமாய் இருக்கும். அப்பா என்னை, தனது தோள்களிலிருந்து இறக்கி விட்டு, வியாபாரிகளிடமிருந்து பத்து அடி தள்ளிச்சென்று தரையில் தனது புட்டத்தை இருத்திக் குந்துவார், கசங்கிப்போன சிகரெட் பெட்டியிலிருந்து ஒரு ஈரமான வளைந்த வடிவமற்ற சிகரெட்டை உருவுவார். வியாபாரிகள் தங்களுடைய பெட்டிகளை வெளியே எடுப்பார்கள், பத்துக்கும் மேற்பட்ட சிகரெட்டுகள் அப்பாவின் காலடியில் தரையில் வந்து விழும். அவர் அவற்றைச் சேகரித்து சீராகக் கீழே அடுக்கிவைப்பார். "லாவோ லுவோ, கிழட்டுத் தாயோளி" என்பான் வியாபாரிகளில் ஒருவன். "அவற்றைப் புகை. கேவலமான சில சிகரெட்டுகளால் உனது நல்லெண்ணத்தை விலைக்கு வாங்க முயல்வதாக நினைக்காதே, புரிந்ததா?" அப்பா வெறுமனே புன்னகைத்தபடி தனது மலிவான சிகரெட்டை பற்றவைப்பார்.

பின்பாக, இருவர் அல்லது மூவரென, கிராமத்தின் கசாப்புக்காரர்கள் வரத் தொடங்குவார்கள், அனைவரும் அப்போதுதான் குளித்ததைப்போல தோன்றினாலும் என்னால் அவர்களுடைய உடம்பில் இரத்த வாசனையை நுகர முடியும், அது பன்றியாகவோ அல்லது பசுவாகவோ இருக்கலாம். ஆனால் இரத்தத்தை எளிதில் கழுவிவிட முடியாது என்பதை அது உணர்த்தும். கசாப்புக்காரர்களின் உடம்பிலிருந்து இரத்தத்தின் வாசனையை நுகரும் கால்நடைகள் கண்களில்

பயம் மின்ன தங்களுக்குள் நெருங்கி நிற்கும். இளம்பசுக்களின் மலத்துளைகளிலிருந்து சாணம் பீய்ச்சியடிக்கும்; வயதானவை சற்றே நிதானமாயிருப்பதாகத் தோன்றும், ஆனால் அதுவொரு போலியான தோற்றம் என்பதை நானறிவேன், ஏனெனில் தங்கள் குடல்களை காலி செய்யாமலிருக்க வாலை பின்பாகத்தின் அடியில் நகர்த்துவதை என்னால் பார்க்கமுடியும். கடந்துபோகும் தென்றல், ஏரியில் உண்டாக்கும் மெல்லிய அலைகளைப் போல அவற்றின் கால்கள் நடுங்கின.

கசாப்புக்காரர்கள் வந்தவுடன் பேரங்கள் தொடங்கும். அவர்கள் மிருகங்களை வட்டமிடுவதைப் பார்க்கையில், ஒரு சாதாரண பார்வையாளருக்கு, எவற்றை வாங்குவதென குழம்புவதாகத் தோன்றும். ஆனால் யாரேனும் ஒருவர் நெருங்கிச்சென்று ஒரு தும்புக்கயிற்றைப் பற்றினால், மூன்று நொடிகளுக்குள் மற்றவர்களும் அதையே செய்வார்கள், மின்னல் வேகத்தில், அனைத்து மாடுகளையும் வாங்குவதற்கு ஆளிருப்பார்கள். இரண்டு கசாப்புக்காரர்கள் ஒரே மாட்டுக்காக சண்டைபோடுவதைப் பார்த்ததாக யாரும் நினைவுகூர முடியாது, ஆனால் அப்படி ஏதேனும் நிகழ்ந்தாலும் பிரச்சனை வெகுசீக்கிரமாகத் தீர்க்கப்படும். பெரும்பாலான தொழில்களில், போட்டியாளர்கள் என்பவர் எதிரிகள், ஆனால் எங்கள் கிராமத்திலிருந்த கசாப்புக்காரர்கள் நட்பில் ஒன்றிணைந்திருந்தார்கள், எந்தவொரு அல்லது எல்லா போட்டியாளரையும் சகோதரனாக பாவிக்கத் தயாராயிருந்தார்கள். அனைவரின் கையிலும் ஒரு தும்புக்கயிறு இருக்கும்போது கால்நடை வியாபாரிகள் சோம்பலோடு நெருங்கிச்செல்ல பேரம் ஆரம்பிக்கும். இப்போது, எனது அப்பா, தனது அதிகாரத்தை வெகுதீர்க்கமாக நிறுவிவிட்டநிலையில், இந்த பேச்சுவார்த்தை களுக்கு மிகக் குறைந்த முக்கியத்துவமே இருந்தன, சம்பிரதாயத்துக்கு, வெற்றுச் சடங்குகளைப்போல, ஏனெனில் அது, இறுதியாக அவரிடம்தான் வரும் - கடைசி வார்த்தைகள் அவருடையவையாக இருந்தன. சிறிது நேரத்துக்கு மனிதர்கள் முன்னும் பின்னுமாக இழுத்துப் பார்த்துவிட்டு, நகர மண்டபத்துக்கு திருமண விண்ணப்பத்தோடு வருபவர்களைப் போல, கயிற்றில் மாடுகளைப் பிணைத்துக்கொண்டு அப்பாவிடம் வருவார்கள்.

ஆனால் அந்தக் குறிப்பிட்ட தினத்தில் ஏதோ விசேசமாக நடைபெற்றது; நேராக மாடுகளை சென்றடைவதற்குப்பதிலாக,

கசாப்புக்காரர்கள் சதுக்கத்தின் முனைகளில் முன்பின்னாக நடக்கத் தொடங்கினார்கள், அர்த்தத்துடன் கூடிய அவர்களது புன்னகை யாரையும் பதட்டம்கொள்ளச் செய்தது. மேலும் எனது அப்பாவைக் கடந்துசென்றபோது, அந்தப் புன்னகையில், எந்தக் கணமும் வெடிக்கக்கூடிய சதியொன்று உருவாகிக்கொண்டிருப்பதாக, துயரத்தைக் குறிக்கும் ஏதோவொன்று ஒளிந்திருந்தது. நான், என் அப்பாவின்மீது ஒரு தைரியமற்ற பார்வையை வீசினேன், ஒவ்வொருநாளும் தான் செய்வதுபோல, மலிவான சிகரெட்டைப் புகைத்தபடி மரக்கட்டைபோல அங்கே அமர்ந்திருந்தார். வியாபாரிகளால் அவரது பாதையில் வீசப்பட்ட தரமான சிகரெட்டுகள் தொடப்படாமலே தரையில் கிடந்தன. வியாபாரங்கள் முடிவானபிறகு கசாப்புக்காரர்கள் வந்து அந்த சிகரெட்டுகளைச் சேகரித்து புகைக்கத் தொடங்குவார்கள். மேலும் அவர்கள் புகைக்கும்போதே, எனது அப்பாவை அவருடைய ஊழலுக்கு இடந்தராத நேர்மைக்காகப் புகழ்வார்கள். "லாவோ லுவோ", ஒருவன் பாதி கேலியாகச் சொல்லுவான், "அனைத்து சீனர்களும் உன்னைப்போலிருந்தால் பல பத்தாண்டுகளுக்குமுன்பே பொதுவுடைமைக் கொள்கை உண்மையாகி இருந்திருக்கும்." அவர் சிரிப்பதைத் தவிர வேறேதும் சொல்லமாட்டார். இந்தக் கணத்தில் என் இதயம் பெருமையில் வீங்கிப் பெருகும், இப்படித்தான் இருக்கவேண்டும் என நான் விரும்பக்கூடிய மனிதர் அவர்தான் என்பதாக, நானும் இப்படித்தான் செயல்படுவேன் என சத்தியம் செய்வேன். அன்றைய தினத்தின் சூழலில் ஏதோ வித்தியாசமாக இருப்பது வியாபாரிகளுக்கும் தெளிவாகியிருந்தது, நடைபழகும் கசாப்புக்காரர்களைப் பொறுமையாக பார்த்துக்கொண்டிருந்த ஒருசிலரைத் தவிர, மற்றவர்கள் எனது அப்பாவை திரும்பிப் பார்த்தார்கள். ஒரு மறைமுகமான ஒப்பந்தம் நிறைவேறியிருந்தது; நாடகம் தொடங்க பொறுமையாகக் காத்திருக்கும் பார்வையாளரைப் போல, என்ன நடக்கவிருக்கிறது என்பதைக் காண அனைவரும் பொறுமையாகக் காத்திருந்தார்கள்.

பிரகாசமான சிகப்பு சூரியன் நிலங்களின்மேலே கிழக்கில் உதித்தது, கொல்லனின் சிவந்த முகத்தைப்போல, நாடகத்தின் முன்னணி நடிகன் இறுதியாக கதிரடிக்கும் நிலத்தில் தோன்றினான்; லாவோ லான், வளர்த்தியான, நன்கு திடமான தசைகளைக் கொண்டிருந்த, கடூரமான

மனிதன். தனது கண்களின் நிறத்தைப்போலவே, அடர்ந்து வளர்ந்திருந்த பழுப்புநிற தாடியைக் கொண்டிருந்தான், அவனொரு சுத்தமான ஹான் இனத்தினன் என்பதாக அது உங்களை வியக்கச்செய்யும். சதுக்கத்தில் நுழைந்த கணத்திலிருந்து அனைவரது கண்களும் அவன்மீதே நிலைகொண்டிருந்தன. சூரியன் பிரகாசமாய் எரிக்க அவனுடைய முகம் ஒளிர்ந்தது. அவன் எனது அப்பாவை நோக்கி நடந்தான், ஆனால் அவனது பார்வை, காலைச் சூரியனின் கதிர்கள் கண்களைக் கூசச்செய்த, குட்டையான களிமண் சுவருக்குப் பின்னாலிருந்த நிலங்களில் நிலைத்திருந்தது. பயிர்கள் மங்கிய பச்சையாய் இருந்தன; மலர்கள் நறுமணத்தைக் காற்றில் பரப்பியபடி பூத்திருந்தன; இளஞ்சிவப்பு நிற வானில் வானம்பாடிகள் பாடின. ஒன்றுமில்லை என்பதாக எதற்கும் மதிப்பற்றவரென லாவோ லானின் பார்வையில் தென்பட்ட எனது அப்பா, சுவரினருகில் உட்காராமலே இருந்திருக்கலாம். மேலும் இயல்பாக, எனது அப்பாவே அவனைப் பொறுத்தமட்டில் ஒன்றுமில்லையெனில், நான் அதைக்காட்டிலும் மிகக் குறைவாகவே பொருட்படுத்தத்தக்கவன். ஒருவேளை, அவனது பார்வை சூரியனால் தடைப்பட்டிருக்கலாம் - எனது முதிர்ச்சியற்ற மூளையில் உதித்த முதல் எண்ணம் அதுதான் - ஆனால் எனது அப்பாவைக் கோபமூட்ட லாவோ லான் முயலுகிறான் என்பதை நான் விரைவாகப் புரிந்து கொண்டேன்.

வியாபாரிகளோடும் கசாப்புக்காரர்களோடும் பேசுவதைப்போல தலையை நிமிர்த்தியவன், கால்சராயைக் கழற்றி, தனது கருத்த சாதனத்தை வெளியே எடுத்தான், பிறகு, மிகச்சரியாக எனக்கும் எனது அப்பாவுக்கும் முன்னால் எரிக்கும் மஞ்சள் நிறத்தில் மூத்திரத்தை தாரையென பெய்யத் தொடங்கினான். வெகுசூடான துர்நாற்றம் எனது மூக்கைத் துளைத்தது. அதுவொரு நீண்ட ஓடைபோல இருந்தது; இரவு முழுவதும் தன்னை ஆசுவாசப்படுத்திக் கொள்ளாமல், எனது அப்பாவை அவமானப்படுத்த வேண்டும் என்பதற்காகவே, அவன் அதைச் சேமித்திருக்க வேண்டும். தரையில் கிடந்த சிகரெட்டுகள், உப்பிப் புடைத்து தங்களுடைய வடிவத்தை இழக்கும்வரை, அவனது மூத்திரத்தில் சுழன்று உருண்டன. லாவோ லான், தனது சாதனத்தை வெளியே எடுக்கும்போது ஒரு வினோதமான சிரிப்பு வியாபாரிகள் மற்றும் கசாப்புக்காரர்களின் கூட்டத்திலிருந்து கிளம்பியது, ஆனால் ஒரு பிரம்மாண்டமான கரம் நீண்டு

அவர்களுடைய தொண்டைகளை இறுக்கிப் பிடித்ததைப்போல் சட்டென்று அது பாதியில் நின்றுபோனது. முகத்தில் அதிர்ச்சியைத் தேக்கி, தளர்ந்த தாடைகளோடும் உலர்ந்த நாவுகளோடும், அவர்கள் எங்களைத் திகைப்புடன் பார்த்தார்கள். லாவோ லான், எனது அப்பாவோடு சண்டை வளர்க்க விரும்புகிறான் என்பதை அறிந்திருந்த கசாப்புக்காரர்கள்கூட அவன் இப்படியொரு காரியத்தைச் செய்வான் என்றெண்ணியிருக்கவில்லை. அவனது மூத்திரம் எங்களுடைய கால்களிலும் பாதங்களிலும் விழுந்தது, அதில் கொஞ்சம் எங்கள் முகத்திலும் வாயிலும் கூட தெறித்தது. கோபம்கொண்டவனாக நான் குதித்தெழுந்தேன், ஆனால் அப்பா சின்னதொரு தசையையும் அசைக்கவில்லை. கல்லைப்போல அவர் அங்கே அமர்ந்திருந்தார். "உனது முதிய பெண்மணியைச் சென்று புணர், லாவோ லான்" என நான் சபித்தேன். எனது அப்பா ஒரு சத்தமும் போடவில்லை. லாவோ லான் பெருமிதத்தின் புன்னகையை அணிந்திருந்தான். தாழ்வாரத்திலிருந்து நீர் வழிகிற காட்சியில் மகிழ்ந்திருக்கும் உழவனைப்போல எனது அப்பாவின் கண்கள் மூடியிருந்தன.

சிறுநீர் கழித்து முடிந்தவுடன் லாவோ லான், தனது கால்சராயை மீண்டும் அணிந்துகொண்டு கால்நடைகள் நின்றிருந்த இடத்துக்குச் சென்றான். கசாப்புக்காரர்கள் மற்றும் வியாபாரிகளினுடைய நீண்ட பெருமூச்சுகளை நான் கேட்டேன், ஆனால் எதுவும் நடக்கவில்லை என்பதற்காக வருத்தப்பட்டார்களா அல்லது அது நடக்காமல்போனதில் மகிழ்ச்சி கொண்டிருந்தார்களா என்பதைச் சொல்ல முடியவில்லை. அத்தோடு, கசாப்புக்காரர்கள் கால்நடைகளின் நடுவே சென்று கணநேரத்தில் தங்களது தேர்வுகளை செய்துமுடித்தார்கள். பின்பாக வியாபாரிகள் நடந்துபோக பேரங்கள் ஆரம்பித்தன. ஆனால் அவர்களுடைய எண்ணங்கள் அதிலில்லை என்பதை என்னால் சொல்லமுடியும், வியாபாரங்களை முடிப்பதைக்காட்டிலும் வேறு ஏதொவொன்று அவர்களுடைய மனங்களை ஆக்கிரமித்திருந்தது. அவர்கள், எனது அப்பாவைப் பார்க்காவிட்டாலும் கண்டிப்பாக அவரைப்பற்றி நினைத்துக் கொண்டிருப்பார்கள் என்பது நிச்சயமாக எனக்குத் தெரியும். ஆனால் அவர் என்ன செய்து கொண்டிருந்தார்? மரக்கிளைகள் பிரியும் கவட்டைப் பகுதியில் உறங்கும் கழுகைப் போல, தனது முழங்கால்களை உயர்த்தி அதன்நடுவே முகத்தை

மறைத்திருந்தார். அவரது முகத்தைப் பார்க்க முடியாததால் அந்தக் கணத்தில் அவர் எப்படித் தோற்றமளித்தார் என்பதைத் தெரிந்துகொள்ள எனக்கு எந்த வழியுமிருக்கவில்லை. ஆனால் அவரது பலவீனம் என்பதாக நான் பார்த்தவற்றால் மகிழ்ச்சியைத் தொலைத்திருந்தேன். நான் சிறுவனாக இருக்கலாம், ஆனால் எத்தனை மோசமாக லாவோ லான், என்னுடைய அப்பாவை அவமானப்படுத்தியிருக்கிறான் என்பதை நான் அறிவேன், மேலும் தன்மானமுள்ள எந்த மனிதனும் சண்டையிடாமல் அதை அப்படியே ஒத்துக்கொள்ள மாட்டான் என்பதும் எனக்குத் தெரியும்; எனது வசவுகளின் மூலம் நான் அதை நிரூபித்தேன். ஆனால் மரித்துப்போனதாக, எனது அப்பா மௌனமாக இருந்தார்.

அன்றைய தினத்தின் பேரங்கள் அவரது இடையீடுகள் ஏதுமற்று முடிவுக்கு வந்தன. ஆனால், அவை முடிந்தபின்பு, எல்லா குழுவினரும் வழக்கம்போல நடந்துசென்று சில நோட்டுகளை அவருடைய பாதத்தில் வீசினார்கள். முதலில் இதைச் செய்தது வேறு யாருமல்லாது லாவோ லான் தான். அந்தக் கலப்பின வேசைமகன், என் அப்பாவின் முகத்துக்கு நேராக சிறுநீர் கழித்ததில் திருப்தியடையாது, இரண்டு புத்தம்புதிய பத்து யுவான் நோட்டுகளை வெளியே எடுத்து எனது அப்பாவின் கவனத்தைக் கோருவதுபோல விரல்களின் நடுவில் பிடித்து சொடுக்கினான். அது நடக்கவில்லை, அவர் தனது முகத்தை முழங்கால்களின் நடுவே மறைத்திருந்தார், லாவோ லானை அது ஏமாற்றத்துக்குள்ளாக்கியது. அவன் சுற்றிலும் வேகமாக நோட்டமிட்டான், பிறகு இரண்டு நோட்டுகளையும் எனது அப்பாவின் பாதத்தில் விசிறினான், அவற்றிலொன்று ஈரமாகி நசிந்துபோன சிகரெட்டுகளை அணைத்தபடி இன்னும் நொதித்துக்கொண்டிருந்த மூத்திரத்தின் குட்டையில் சென்று விழுந்தது. அந்தத் தருணத்தில், எனது அப்பா இறந்திருக்கலாம். அவர் தனக்கும் தன் மூதாதையர்களுக்குமான மரியாதையை இழந்திருந்தார். அவருடைய எதிரியின் மூத்திரத்தில் நீந்துகிற ஊதிப்பெருத்த சிகரெட்டுகளின் தரத்துக்குத் தாழ்ந்தவராக, மனிதர்களுக்கும் கீழானவராகிப் போனார். லாவோ லான், தனது பணத்தை வீசியபிறகு, வியாபாரிகளும் கசாப்புக்காரர்களும் அவனுடைய செயலைப் பின்தொடர்ந்தார்கள், அப்பாவும் மகனும் இணைந்த பிச்சைக்காரர்களின் குழு நாங்கள் என்பதைப் போல, அவர்களுடைய முகங்கள் கருணையால் நிரம்பியிருந்தன.

லாவோ லானின் பரந்த மனதை நகல் செய்யவோ, எதிர்வினை புரியாமலிருப்பதற்கான பரிசு என்பதாகவோ, அப்பாவுக்கு இயல்பாகத் தருவதைக்காட்டிலும் இரண்டு மடங்கு பணத்தை அவர்கள் வீசினார்கள்.

எண்ணற்ற காய்ந்த இலைகளைப்போல எங்கள் பாதத்தில் கிடந்த நோட்டுகள் அனைத்தையும் வெறித்துப் பார்த்துக்கொண்டிருந்த நான் அழத் தொடங்கினேன், இறுதியாக அப்பா நிமிர்ந்து பார்த்தார். அவரது முகத்தில் கோபத்துக்கான எந்த அறிகுறியும் இல்லை, சோகமும்கூட. உலர்ந்த மரத்துண்டின் பளபளப்பு மட்டுமே அதில் இருந்தது. கண்களில் சின்ன குழப்பத்தோடு, நான் ஏன் அழுகிறேன் என்பது குறித்து ஏதும் அறியாதவரைப் போல, உணர்ச்சியற்ற பார்வையொன்றை என்மீது வீசினார். நான் நெருங்கிப்போய் அவருடைய கழுத்தைப் பிடித்தேன். "தையே" என்றேன், "இனிமேலும் நீங்கள் என் அப்பா இல்லை. அடுத்து உங்களை தையே என்றழைக்கும் முன்பாக லாவோ லானையே தையே என்றழைப்பேன்.."

எனது கூச்சல்களால் சற்று அதிர்ந்தாலும் சுற்றியிருந்த மனிதர்கள் சட்டென்று வெடித்துச் சிரிக்க ஆரம்பித்தார்கள். லாவோ லான் என்னை நோக்கி தனது கட்டைவிரலை உயர்த்திக் காட்டினான். "ஷியோடாங்" என்றவன் தொடர்ந்தான், "நீ உண்மையிலேயே திடமானவன். எனக்குத் தேவைப்படுவதைப் போன்ற ஒரு மகன். இப்போதிருந்து, நீ எந்நேரம் வேண்டுமானாலும் எனது வீட்டுக்கு வரலாம். உனக்குத் தேவை பன்றிக்கறி எனில், அது கிடைக்கும், அல்லது நீ வேண்டுவது மாட்டுக்கறி என்றால், அதுவும் உனக்குக் கிடைக்கும். அத்தோடு, நீ உன் அம்மாவையும் அழைத்து வந்தால், நான் எனது திறந்த கரங்களால் உன்னை வரவேற்பேன்."

அது புறக்கணிக்கவியலாத மிகப்பெருத்த அவமானம், ஆகவே, நான் கோபம் கொண்டு அவனிடம் ஓடினேன். அவன் எளிதாக எனது தாக்குதலைத் தவிர்த்தான், முகம் தரையில் மோத வெட்டுக்காயத்தோடும் இரத்தம் கசியும் உதடுகளோடும் நான் விழுந்தேன்.

சத்தமாக குலுங்கிச் சிரித்துக்கொண்டே அவன் சொன்னான்: "குட்டித் தொல்லையே, தையே என்றழைத்துவிட்டு என்னைத் தாக்குகிறாயா! தெளிவான அறிவிருக்கும் யார்தான் உன்னைப் போலொரு பிள்ளை வேண்டுமென ஆசைப்படக்கூடும்?"

யாரும் எனக்கு உதவ முன்வராததால் நானாக எழவேண்டியிருந்தது. எனது அப்பாவிடம் நடந்துசென்று கோபத்தை வெளியேற்றும் வழியென அவரது காலை ஓங்கி உதைத்தேன். அது அவரைக் கோபம்கொள்ளச் செய்யவில்லை என்பதோடு அவர் அதை அறிந்திருக்கக்கூடவில்லை. தனது நீண்ட மெல்லிய கரங்களால் முகத்தை அழுந்தித் துடைத்தார். பிறகு தன் கைகளைப் பரப்பி சோம்பல்கொண்ட முதிய ஆண் பூனையைப்போல கொட்டாவி விட்டார், அடுத்ததாக, மெல்ல குனிந்து தரையைப் பார்த்து, மனதளவில் உந்தப்பட்டவராக, லாவோ லானின் மூத்திரத்தில் அமிழ்ந்துகிடந்த நோட்டுகளை அவை ஒவ்வொன்றையும் வெளிச்சத்தில் நீட்டி போலியானவை அல்ல என்பதை உறுதி செய்துகொண்டு கவனமாக சேகரிக்கத் தொடங்கினார். இறுதியாக, சிறுநீரினால் அழுக்காகியிருந்த லாவோ லானின் புதிய நோட்டை எடுத்துத் தன் கால்சராயின் மேல்வைத்து உலர்த்தினார். இப்போது மொத்தப் பணமும் அவரது முழங்காலின்மேல் சீராக அடுக்கப்பட்டிருக்க, அவற்றைத் தனது இடக்கையின் இரு மத்திய விரல்களால் பற்றியபடி, வலது கரத்தின் ஆட்காட்டி விரலிலும் கட்டை விரலிலும் எச்சிலை உமிழ்ந்து எண்ணத் தொடங்கினார். அவற்றை அவருடைய கைகளிலிருந்து பிடுங்கிக் கிழித்து, அப்பா மற்றும் மகன் என இருவரின்மீதும் படிந்துவிட்ட அவமரியாதையைப் போக்கும்விதமாக, லாவோ லானின் முகத்தில் வீசியடிக்கும் எண்ணத்தோடு நான் விரைவாக ஓடினேன். ஆனால் அவர் என்னைக்காட்டிலும் மிக வேகமாயிருந்தார்; எகிறிக் குதித்து தனது இடதுகரத்தை காற்றில் உயர்த்தி முணுமுணுத்தார், "முட்டாள் சிறுவனே, நீ செய்வது என்னவென்று நினைக்கிறாய்? பணம் என்பது பணம்தான். அதனை யாரும் பழிக்க முடியாது; மக்களைத்தான். உனது கோபத்தை பணத்தின்மீது காட்டாதே." அவரது முழங்கையில் எனது இடதுகையால் தொற்றிக்கொண்டு உடம்பில் ஏறி மேலே சென்று அவமானப்பட்ட அந்தப் பணத்தை அவருடைய கையிலிருந்து பறிக்க முயன்றேன். ஆனால் நன்கு வளர்ந்த மனிதரொருவரிடம் எனக்கு அந்த வாய்ப்பு கிடைக்கவில்லை. பைத்தியம் பிடித்தவனாக நான் அவருடைய இடுப்பில் தலையை மீண்டும் மீண்டும் மோதினேன், ஆனால் அவர் மென்மையாக எனது தலையைத் தட்டி கருணையோடு சொன்னார், "இப்போதைக்கு இதுபோதும் மகனே, அதிகம் விசனப்படாதே. அங்கே லாவோ லானின் எருதைக் கவனி - பார், அது கோபம் கொள்கிறது."

அதுவொரு பெரிய கொழுத்த லக்ஸி எருது, நேரான கொம்புகளையும் பின்னாட்களில் தொலைக்காட்சியில் நான் பார்த்த தடகள வீரர்களுக்கு இருந்ததைப் போல சாட்டின் போர்த்தினாற்போல அலையடிக்கும் பளபளப்பான தசைகளையும் கொண்டிருந்தது. ஆச்சரியப்படும்படியான வெள்ளையாக இருந்த அதன் முகத்தைத் தவிர்த்து அனைத்தும் பொன்மஞ்சள் நிறமாக இருந்தது. இதற்குமுன்பு நான் எப்போதும் வெள்ளை முகத்தையுடைய எருதைப் பார்த்ததில்லை. அது காயடிக்கப்பட்டிருந்தது, மேலும் தன் இரு கண்களில் ஒன்றின்வழியாக அது பார்த்த ஓரப்பார்வை மட்டுமே உங்கள் ரோமங்களை நட்டமாய் நிற்கச்செய்ய போதுமானதாயிருந்தது. நான் இப்போது மீண்டும் எண்ணிப் பார்க்கையில், அந்தப் பார்வைதான் அலிகளைப் பற்றிச் சொல்லும்போது மக்கள் பெரும்பாலும் விவரிப்பது. காயடிப்பது ஒரு மனிதனுடைய இயல்பை மாற்றுகிறது; எருதுகளுக்கும் அதையே செய்கிறது. எருதைச் சுட்டியதன்மூலம், அந்தத் தருணத்தில் மட்டுமாவது, அப்பா என்னை பணத்தைப்பற்றி மறக்கச் செய்தார். நான் சரியாகத் திரும்பிப்பார்த்த கணத்தில், லாவோ லான் தனது எருதை வழிநடத்திக்கொண்டு அகம்பாவமாக சதுக்கத்தைவிட்டு வெளியேறிக் கொண்டிருந்தான். எதிர்ப்பில்லாத எனது அப்பாவை அவன் அவமானப்படுத்திய வழிமுறையைப் பார்க்கும்போது, அகம்பாவத்துக்கு என்ன குறைச்சல்? நம்பமுடியாத அளவுக்கு நாடகத்தனமாக அவனது கவுரவம் கிராமத்திலும் கால்நடை வியாபாரிகளுனூடேயும் சட்டென்று உயர்ந்திருந்தது. தன்னை ஒரு பொருட்டாகவே மதிக்காமல் புறந்தள்ளிய ஒரே மனிதரை எதிர்த்த அவன் வென்றிருக்கிறான்; கிராமத்திலிருக்கும் யாரும் இனி எப்போதும் அவனை மறுக்கமாட்டார்கள். வருடங்கள் அழிந்தாலும், அதுதான் அடுத்ததாக நிகழ்ந்ததை, நான் இப்போதும் அதை நம்புகிறேன் எனத் தெளிவாகச் சொல்லமுடியாததாகவும் திடுக்கிடும்படியானதாகவும் செய்தது.

அவனுடைய அந்த லக்ஸி எருது, தன் சுவடுகளின்மீது நீன்றது. மீண்டும் அதனை நகரச் செய்ய லாவோ லான் தும்புக்கயிற்றைப் பிடித்து பலமாக இழுத்தான். சிறிதும் அலட்டிக் கொள்ளாமல், தனது பலத்தை வெளிக்காட்டும் லாவோ லானுடைய முயற்சியை, அந்த எருது கேலிக்குரியதாகியது. தொழில்முறை கால்நடை கசாப்புக்காரனாக, ஒரு தைரியமற்ற கன்றுக்குட்டியை

இலையைப்போல நடுங்கச்செய்யும் நாற்றம் அவனிடமிருந்தது, கையில் கத்தியோடு அவன்முன்னே சென்று நின்றால் மிகுந்த பிடிவாதம்கொண்ட மிருகம்கூட பயந்து தன் சாவுக்காகக் காத்திருக்கும்படி செய்யக்கூடியவன். தும்புக்கயிற்றைப் பிடித்து மீண்டும் பலமாக இழுத்தும் எருதை நகர்த்தமுடியாமல் போக, அவன் அதைச் சுற்றிக் கொண்டு போய் காதைக் கிழிக்கும் அலறலோடு அதன் பின்புறத்தில் அறைந்தான். இத்தருணத்தில், பெரும்பாலான மிருகங்கள் அந்த அடிக்கும் அலறலுக்கும் பயந்து தங்கள் மலக்குடல்களின்மீதான கட்டுப்பாட்டை இழந்திருக்கும், ஆனால் இந்த லக்ஸி எருது அப்படியெல்லாம் கழிந்துவிடவில்லை. என் அப்பாவின்மீதான வெற்றியின் பிரகாசத்தை இன்னும் அனுபவிப்பவனாக, வீண் கவுரவம் பாராட்டுகிற போர்வீரனைப் போல, எருதின் இயல்புகுறித்த எந்தவொரு யோசனையுமின்றி லாவோ லான் மிருகத்தை அதன் அடிவயிற்றில் உதைத்தான். உடன் அந்த மிருகம் தன்னுடைய பின்புறத்தை ஆவேசமாகத் திருப்பிக்கொண்டு ஒரு பெருத்த அலறலை வெளியேற்றியது, தலையைத் தாழ்த்தி, ஒரு வைக்கோல் மூட்டையைக் காட்டிலும் அவனொன்றும் அதிக எடையில்லை என்பதைப் போல, லாவோ லானைத் தனது கொம்புகளால் கெந்தி காற்றில் பறக்கச் செய்தது. நடந்த இந்த நிகழ்வால் கால்நடை வியாபாரிகளும் கசாப்புக்காரர்களும் திகைத்துப் போனார்கள், பேச்சற்று, அதிர்ந்தவர்களாக, அவர்களில் யாரும் லாவோ லானின் உதவிக்குப் போகவில்லை. எருது மீண்டும் தனது தலையைத் தாழ்த்திக்கொண்டு தாக்கியது. இப்போது, லாவோ லான் ஒரு சாதாரணமான மனிதனில்லை, அந்தக் கொம்புகள் தன்னை நோக்கி வருவதைக் கண்டதும் அதன் பாதையிலிருந்து விலகினான். கோபத்தில் கண்கள் மினுங்க, மீண்டும் தாக்குவதற்காக எருது திரும்பியது, இரண்டாவது முறை மூன்றாவது முறை எனத் தொடர்ச்சியாக அதன் வழியிலிருந்து விலகி உருண்டு லாவோ லான் தன்னை காத்துக்கொண்டான்.

இறுதியாகத் தடுமாறி எழுந்து நின்றபோது அவன் காயமுற்றிருப்பதை, அப்படியிருந்தாலும் குறைவாகத்தான் காயமுற்றிருப்பதை, நாங்கள் பார்த்தோம். இடுப்பை ஒருபக்கமாக வளைத்து, நொடிநேரமும் மிருகத்தின் மீதிருந்த தன் கண்களை அகற்றாமல், எருதின்முன்பாக அவன் நின்றிருந்தான். எருது, தன் தலையைத் தாழ்த்தியது, வாயின் ஓரங்களில் எச்சில் பெருக, தனது அடுத்த தாக்குதலுக்குத் தயாராக,

கனமாகச் சீறியது. எருதை திசைதிருப்ப லாவோ லான் தனது கைகளை உயர்த்தினான், ஆனால் தைரியமானவனாக தன்னைக் காட்டிக்கொள்ளவே அவன் அப்படிச் செய்கிறான் என்பது தெளிவாயிருந்தது. தன்னை காத்துக்கொள்ள எதையும் செய்யச் சித்தமாயிருக்கும் பயந்த காளைவீரனைப்போல தோற்றமளித்தான். மிகக் கவனமாக ஒரு எட்டு முன்வைத்தான்; ஆனால் எருது நகரவில்லை. மாறாக, அடுத்த தாக்குதல் என்பது தவிர்க்கமுடியாதது என்பதன் அறிகுறியாக, அது தன் தலையை இன்னும் அதிகமாகத் தாழ்த்தியது. இறுதியில் லாவோ லான், தானொரு மகா பலசாலி என்பதான தோரணையைக் கைவிட்டான், தாறுமாறான அலறலொன்றை வெளியிட்டுவிட்டு, திரும்பி, பைத்தியம் பிடித்ததைப்போல ஓடினான். அதனுடைய வால் ஒரு இரும்புக்கழியைப் போல நீண்டு நேராக விரைத்துக்கொள்ள எருது அவனைத் துரத்தியது. இயந்திரதுப்பாக்கிச் சூட்டின் தூறலைப்போல குளம்புகள் எல்லாத் திசைகளிலும் மண்ணை வாரி இறைத்தன; அதேநேரத்தில், லாவோ லான், தப்பிப்பதில் வெறி கொண்டவனாக, உள்ளுணர்வு உந்தித்தள்ள, கூட்டத்தினூடாக தனது மீட்சியைத் தேடி பார்த்துக் கொண்டிருந்தவர்களை நோக்கி ஓடினான். ஆனால் அவனைக் காப்பாற்றுவதென்பது அவர்களுடைய மூளையில் இறுதி விசயமாகவே இருந்தது. எல்லா பக்கங்களிலும் வீறிடல்கள் சூழ, தங்களுக்கு இரு கால்களுக்குமேல் தந்திராத அவரவர் பெற்றோரைச் சபித்தபடி, அவர்களும் தங்களைக் காத்துக்கொள்ள ஓடினார்கள். அதிர்ஷ்டவசமாக, லாவோ லானை மட்டும் பிரித்தெடுக்கும் அறிவு எருதுக்கு இருந்தது, அது தன்னுடைய கோபத்தை வேறு யாரின்மீதும் வெளிப்படுத்தவில்லை. வியாபாரிகளும் கசாப்புக்காரர்களும் சுவர்களின்மீதும் மரங்களின்மீதும் தொற்றியேற மணல் பறந்தது. லாவோ லான், தனது சிக்கலான சூழலால் உணர்விழந்தவனாக, என்னையும் அப்பாவையும் நோக்கி நேராக ஓடிவந்தான்.

தப்பித்துப் போகமுடியாதபடி உடைகளைப் பற்றி, மேலும் தாக்கவரும் எருதிடமிருந்து தன்னை காத்துக்கொள்ள, அந்தக் கேடுகெட்ட லாவோ லான் அப்பாவின் பின்னால் தஞ்சம் புகுவதற்கு சில நொடிகள்முன்பாக, அவர், நம்பிக்கையின்மை உந்தித்தள்ள, எனது கழுத்தை ஒரு கையாலும் என்னுடைய கால்சராயின் பின்பாகத்தை மறுகையாலும் பற்றி, சுவரின்மீது

தூக்கியெறிந்தார். இப்போது அப்பா பின்வாங்கி ஓடத் தொடங்கினார்; ஆக, உடன் லாவோ லானும், இருவரும் சுவரின் எதிரில் வந்து நின்றனர். தனது கையிலிருந்த பணத்தை எருதின் முன்னால் அசைத்துக்காட்டி அப்பா முணுமுணுத்தார், "எருதே, ஓ எருதே, உனக்கும் எனக்குமிடையில் எந்த விரோதமும் இல்லை, இப்போது என்றில்லாமல், எப்போதும் இருந்ததில்லை, ஆகவே, நாம் ஒரு தீர்மானத்துக்கு வருவோம்."

இவையனத்தும் வார்த்தைகளால் விவரிப்பதைக்காட்டிலும் வேகமாக நடந்தேறின; அப்பா பணத்தை மிருகத்தின் முகத்தில் வீசியெறிந்துவிட்டு என்ன நடந்ததென அது உணர்ந்துகொள்ளும் முன் அதன் முதுகில் தாவியேறினார். பின், அவர் தன்னுடைய விரல்களை எருதின் மூக்கில் செலுத்தி அதன் மூக்கணாங்கயிற்றைப் பற்றினார், அதனுடைய தலையை மேல்நோக்கி உதறியிழுத்தார். மேற்கு நாடுகளிலிருந்து வியாபாரிகள் வாங்கிவந்த மாடுகள் பெரும்பாலும் பண்ணை விலங்குகள் என்பதால் அவை அனைத்துக்கும் மூக்கில் வளையங்கள் இருந்தன. ஆக, மூக்குதான் எருதின் பலவீனம், மேலும் எனது அப்பாவின் அளவுக்கு யாரும் எருதுகளைப் பற்றி அறிந்திருக்கவில்லை, இவ்வுலகில் உயிரோடிருக்கும் மிகச்சிறந்த விவசாயிகள் உட்பட, இத்தனைக்கும் எனது அப்பா அப்படியொன்றும் பெரிய விவசாயி கிடையாது. சுவரின்மேல் அமர்ந்திருந்த என் கண்களில் கண்ணீர் பெருகியது. உங்களுடைய தைரியம் மற்றும் சாமர்த்தியம் நிரம்பிய செய்கையால், நாம் இழந்த தன்மானத்தை மீட்டதையும் நம்மீதான அவமானத்தையும் துடைத்தெறிந்த முறையையும் கண்டு, உங்களை எண்ணி நான் மிகவும் பெருமைப்படுகிறேன் அப்பா, என்று நினைத்துக்கொண்டேன்.

வெள்ளை முகம்கொண்ட மஞ்சள்நிற எருதை தரையில் வீழ்த்த வியாபாரிகளும் கசாப்புக்காரர்களும் அவருக்கு உதவினார்கள்; அது மீண்டும் எழுந்து யாரையும் காயப்படுத்திவிடாமல் தடுக்க, கசாப்புக்காரர்களில் ஒருவன் முயலைப்போல வேகமாக ஓடி தனது வீட்டிலிருந்து கத்தியை எடுத்து வந்தான், அதை வெளுத்த முகத்தோடு நின்றிருந்த லாவோ லானிடம் கொடுத்தான், ஆனால் லாவோ லான் ஒரு அடி பின்னால் நகர்ந்துசென்று அந்த செயலை வேறு யாரையேனும் செய்யச் சொல்லும் சைகையால் அவனை விலக்கினான். கையில் கத்தியோடு அந்தக் கசாப்புக்காரன் சுற்றுமுற்றும் பார்த்தான்; "யார் இதைச்

செய்கிறீர்கள்? யாருமில்லையா? சரி, அப்படியானால், நான்தான் இதைச் செய்துமுடிக்கவேண்டுமென நினைக்கிறேன்." தனது அங்கியின் மேற்பகுதியை சுருட்டிவிட்டு, காலணியின் அடிப்பாகத்துக்கெதிராக கத்தியின் வெட்டுப்பகுதியைத் தேய்த்தான், பிறகு ரசமட்டம் பார்க்கும் தச்சனைப்போல ஒற்றைக்கண்ணை மூடிக்கொண்டு தரையிலமர்ந்தான். எருதின் நெஞ்சில் தென்பட்ட மெல்லிய பிளவைக் குறிவைத்து தனது கத்தியை உள்ளே இறக்கினான், அதை அவன் வெளியே இழுத்தபோது, இரத்தம் சிதறித் தெறித்து எனது அப்பாவை சிவப்பு நிறத்தால் மெழுகியது.

ஆக, இப்போது எருது இறந்துகிடக்க, அனைவரும் கீழே குதித்தார்கள்; இனிமையான காலைநேரக் காற்றில் சூடானதொரு துர்நாற்றத்தை பரப்பியபடி, ஊற்றிலிருந்து பொங்கிக் குமிழிடும் நீரென, காயத்திலிருந்து அடர்சிவப்பு நிறத்தில் இரத்தம் தொடர்ந்து வழிந்துகொண்டிருந்தது. எப்படியோ சுருங்கிப்போன காற்றில்லாத ஊதற்பைகளைப் போல் மனிதர்கள் சுற்றி நின்றிருந்தார்கள். அவர்கள் சொல்ல விரும்பியது நிறைய இருந்தது, ஆனால் யாரும் ஒரு வார்த்தையும் சொல்லவில்லை. எனது அப்பாவைத் தவிர, தனது தோள்களுக்கிடையே தலையைக் குனிந்து தாழ்த்தி, மஞ்சள்படிந்த ஆனால் பலமான தனது பற்கள் தெரியும்படி வாயைத் திறந்து சொன்னார், "வானிலுறைந்திருக்கும் முன்னோர்களே, நான் மிகவும் பயந்துபோனேன்."

அத்தோடு, வலைக்குள் ஊர்ந்துபோக விரும்பிய லாவோ லானை, அனைவரும் திரும்பிப் பார்த்தார்கள். அவன், தனது சங்கடத்தை மறைக்கும் முயற்சியாக எருதை பார்த்துக் கொண்டிருந்தான். அதனுடைய கால்கள் நேராக நீண்டிருந்தன, தொடையின் சதை நிரம்பிய பகுதிகள் இன்னும் துடித்தன. உள்ளூறைந்த வெறுப்பை வெளியேற்றும் பாதை என்பதாக அதன் நீலக்கண்களில் ஒன்று திறந்துகிடந்தது. "நாசமாய்ப் போக", இறந்த மிருகத்தை உதைத்து லாவோ லான் கத்தினான்: "உங்களுடைய வாழ்க்கை முழுவதும் காட்டுவாத்துகளை வேட்டையாட செலவு செய்கிறீர்கள், ஆனால் ஒரு வாத்துக்குஞ்சினால் கிட்டத்தட்ட உங்கள் கண்கள் பறிக்கப்படும் சூழல் உண்டாகிவிடுகிறது." அவன், எனது அப்பாவை நிமிர்ந்து பார்த்தான். "நான் உனக்குக் கடன்பட்டிருக்கிறேன், லுவோ டாங். ஆனால் உனக்கும் எனக்குமான விவகாரம் இன்னும் முற்றுப் பெறவில்லை."

“என்ன முற்றுப் பெறுவது?” என்றார் என் அப்பா. “உனக்கும் எனக்குமிடையில் ஒன்றுமில்லை.”

“நீ அவளைத் தொடக்கூடாது.” லாவோ லான் சீறினான்.

“நான் எப்போதும் அவளைத் தொட விரும்பியதில்லை - அவள்தான் நான் தொடவேண்டுமென்று விரும்புகிறாள்”, மெலிதான பெருமைநிரம்பிய புன்னகையோடு எனது அப்பா சொன்னார்: “அவள் உன்னை நாய் என்றழைத்தாள், இனி, உன்னை எப்போதும் அவளைத் தொட அனுமதிக்க மாட்டாள்.”

அந்த நேரத்தில், இதெல்லாம் எது பற்றியது என்பது எனக்குப் புரியவில்லை, ஆனால் பிற்பாடு, சந்தேகத்துக்கு இடமின்றி, அவர்கள் வைல்ட் ம்யூல் பற்றித்தான் பேசுகிறார்கள் என்பதைப் புரிந்துகொண்டேன்.

ஆனால் “தையே, நீங்கள் எதுகுறித்துப் பேசுகிறீர்கள்?” எனக் கேட்டபோது அவர், “ஒரு குழந்தை அறிந்துகொள்ள வேண்டியதல்ல” என்றார்.

“மகனே”, என்றான் லாவோ லான். “நீ லான் குடும்பத்தின் அங்கத்தினர் ஆக விரும்புவதாகச் சொல்லவில்லையா? பிறகு ஏன் இப்போது அவனை தையே என்றழைக்கிறாய்?”

“நாற்றமடிக்கும் நாயின் சாணம் என்பதைத் தாண்டி நீ வேறொன்றுமில்லை” என்றேன்.

“மகனே” என்றான். “நீ வீட்டுக்குச் சென்று உன் அம்மாவிடம் சொல், உன்னுடைய அப்பா வைல்ட் ம்யூலின் குகைக்குள் நுழையும் வழியைத் தெரிந்துகொண்டார், ஆனால் வெளியே வரமுடியவில்லை.”

அது, எனது அப்பாவை கிட்டத்தட்ட எருது கொண்டிருந்ததைப்போல கோபம் கொள்ளச் செய்தது; தனது தலையைத் தாழ்த்தி லாவோ லானின்மீது பாய்ந்தார். மற்றவர்கள் விரைந்து சென்று அவர்களை இழுத்துப் பிரித்ததால் இருவரும் மற்றவரின் குரல்வளையை சிறிது நேரத்துக்கும் அதிகமாக பற்றிக் கொண்டிருக்கவில்லை. ஆனால் அந்தக் குறுகிய காலத்துக்குள் லாவோ லான், எனது அப்பாவின் சுண்டுவிரலை உடைத்திருந்தான், எனது அப்பா, லாவோ லானுடைய காதின் ஒருபாதியைக் கடித்திருந்தார். கோபத்துடன் அதைத் துப்பியபடி

அவர் சொன்னார்: "என்ன தைரியமிருந்தால் என்னுடைய மகனின் முன்பு அதுபோன்ற விசயங்களைப் பேசுவாய், பரத்தை நாயே."

- கல்குதிரை

■■■